ரொமிலா தாப்பர்

ஓர் எளிய அறிமுகம்

மருதன்

ரொமிலா தாப்பர்

ஓர் எளிய அறிமுகம்

ரொமிலா தாப்பர்: ஓர் எளிய அறிமுகம்

Romila Thapar: Orr Eliya Arimugam

Marudhan ©

Kizhakku Edition: March 2022

176 Pages

Printed in India.

ISBN : 978-93-90958-46-7

Kizhakku - 1263

Kizhakku Pathippagam

177/103, First Floor, Ambal's Building, Lloyds Road,

Royapettah, Chennai - 600 014. Ph: +91-44-4200-9603

Email : support@nhm.in Website : www.nhm.in

 kizhakkupathippagam kizhakku_nhm

Author's email id: marudhan@gmail.com

Figures Riding an Elephant, Shunga period, 1st century B.C. - Samuel Eilenberg Collection, Gift of Samuel Eilenberg, 1987

Kizhakku Pathippagam is an imprint of New Horizon Media Private Limited

அறிவு என்பது நாம் எப்படிப்பட்ட கேள்விகளை எழுப்புகிறோம் என்பதைச் சார்ந்திருக்கிறது. அறிவு, அதிகாரம், மதம் என்று தொடங்கி அனைத்தையும் கேள்விக்கு உட்படுத்தவேண்டும். அனைத்தையும் விவாதிக்கவேண்டும்.

- ரொமிலா தாப்பர்

ஏன் இந்தப் புத்தகம்?

'**நான்** ஆய்வாளன் அல்ல. பல்கலைக்கழகத்தில் வரலாறு பயின்றவனோ கல்விப் புலத்தைச் சேர்ந்தவனோ அல்ல. தமிழ் நாட்டில் ஒரு பதிப்பகத்தில் பணியாற்றிக்கொண்டிருக்கிறேன். சொல்லிக்கொள்ளும்படி எதுவும் எழுதியதில்லை. ஆனால், அப்படியொன்றைச் செய்யவேண்டும் என்னும் விருப்பம் இருக்கிறது. அதனால்தான் இந்தக் கடிதத்தை உங்களுக்கு எழுதுகிறேன்.

'உங்களுடைய வண்ணமயமான படைப்புலகையும் வரலாற்றில் உங்களுடைய பங்களிப்புகளையும் எளிமையாக அறிமுகப்படுத்தும் வகையில் தமிழில் நூலொன்றை எழுத விரும்புகிறேன். அதற்கு என்னிடமுள்ள தகுதி என்று நான் நினைப்பது உங்கள் படைப்புகளை வாசித்துக்கொண்டிருப்பது மட்டும்தான். உங்களை இதுவரை நேரில் ஒருமுறைகூடப் பார்த்தது கிடையாது என்றாலும் என்னை உங்கள் மாணவனாகவே கருதிக்கொள்கிறேன். மிகுந்த தயக்கத்தோடு உங்களிடம் ஒரு விண்ணப்பத்தை முன்வைக்க விரும்புகிறேன். ஒருமுறை உங்களை நேரில் சந்திக்கும் வாய்ப்புக் கிடைக்குமா?'

ஏதோ ஒரு துணிச்சலில் 15 ஜனவரி 2019 அன்று நான் அனுப்பிய மின்னஞ்சலுக்கு இரு தினங்களில் ரொமிலா தாப்பரிடமிருந்து பதில் வரும் என்று எதிர்பார்க்கவில்லை.

'அன்புள்ள கங்காதரன், என் எழுத்துகளைத் தமிழில் விளக்க விரும்பும் உங்கள் சுவையான முயற்சிக்கு வாழ்த்துகள். ஆம், நாம் சந்திக்கலாம். உங்களுக்கு ஏதேனும் சந்தேகங்கள் இருந்தால் அவற்றைத் தெளிவுபடுத்திக்கொள்வதற்கு இந்தச் சந்திப்பு உதவக்கூடும். அன்புடன், ரொமிலா தாப்பர்.'

அடுத்தடுத்த அஞ்சல்கள்மூலம் நேரமும் தேதியும் இறுதி செய்யப்பட்டன. 26 பிப்ரவரி, மாலை 6.30 மணிக்கு. தன் இல்லத்துக்கு எப்படி வரவேண்டும் என்பதை ரொமிலா தாப்பர் தெளிவாக விளக்கியிருந்தார். 'வீட்டைக் கண்டுபிடிப்பதில் ஏதேனும் சிக்கலிருந்தால் தயங்காமல் அழையுங்கள்' என்று வீட்டுத் தொலைபேசி எண்ணையும் வழங்கியிருந்தார்.

அதுவரை நிலவிய மிதப்பான பரவச உணர்வு விலகி அச்சமும் படபடப்பும் தொற்றிக்கொண்டதை உணர்ந்தேன். அவசரப்பட்டு அகலக்கால் வைத்துவிட்டேனா? என்ன பேசுவது அவரிடம்? எதைத் தெளிவுபடுத்திக்கொள்வது? வரலாற்றுக்கு முந்தைய காலகட்டம் தொடங்கி இன்றைய நிகழ்வுகள்வரை அனைத்தையும் குறித்து, தொடர்ச்சியாக விவாதித்துவரும் ஒருவரிடம் இதுவரை ஒருவரும் கேட்காத எந்தக் கேள்விகளை நான் கேட்டுவிடப் போகிறேன்? இதைக் கேட்கவா இவ்வளவு தூரம் வந்திருக்கிறீர்கள் என்று அவர் எரிச்சலடைந்துவிட்டால்? அதைத்தான் நான் ஏற்கெனவே விரிவாக எழுதியிருக்கிறேனே என்று சலிப்படைந்து விட்டால்? பேராசிரியர்களான கும்கும் ராய், குணால் சக்கரவர்த்தி, நீலாத்ரி பட்டாச்சார்யா போன்றோர் அவரிடம் உரையாடினால் அது இரு தரப்பினருக்குமே பயனளிக்கக்கூடியதாக இருக்கும். அவர் நேரத்தை எடுத்துக்கொள்வதைத் தவிர வேறு என்ன செய்துவிடப் போகிறேன் நான்?

இருந்தும் சில கேள்விகளைத் தயாரித்துக்கொண்டு அனுஷாவும் நானும் தில்லிக்கு ரயில் ஏறினோம். நாங்கள் தங்கியிருந்த கரோல் பாகிலிருந்து மகாராணி பாகில் அமைந்திருந்த ரொமிலா தாப்பரின் இல்லத்துக்குச் சென்றடைய அதிகபட்சம் அரை மணி நேரம் ஆகும் என்று சொல்லியிருந்தார்கள்.

வீட்டைவிட்டுக் கிளம்பும்போதே தூறல் தொடங்கியிருந்ததால் குடையை எடுத்துக்கொண்டோம். ஒட்டுமொத்த தில்லியும் குளிரில்

நடுங்கிக்கொண்டிருந்தது. சொன்ன நேரத்துக்கு முன்பே வீட்டை அடைந்துவிட்டோம். மாலை ஆறு மணிதான் ஆகியிருந்தது என்றாலும் இருள் நிறைந்துவிட்டிருந்தது. கதவைத் திறந்த ஒரு பெண்ணிடம் அறிமுகம் செய்துகொண்டேன். உள்ளே சென்று அமருங்கள் என்றார்.

கண்ணாடி பதித்த மர அலமாரிகள் கூரைவரை எழும்பியிருந்தன. எரிக் ஹாப்ஸ்பாமின் கெட்டி அட்டைப் புத்தகங்கள் மட்டும் உடனடியாகக் கண்ணில் பட்டன. படபடப்பு காரணமாக மற்ற புத்தகங்களைப் பார்வையிட முடியவில்லை. எங்கள் இருக்கைக்கு அருகில் ஒரு பூச்செடி. வாசிப்பறையின் மற்றொரு பக்கத்தில் அவர் அமர்ந்து பணியாற்றும் நீண்ட மேஜை அமைந்திருந்தது. அங்கும் ஒரு செடி. எங்களுக்கு முன்பிருந்த சிறிய மேஜையில் இரண்டு, மூன்று வண்ணக் கற்கள் இருந்தன. சில விநாடிகளில், நீங்கள்தான் கங்காதரனா என்று கேட்டபடி புன்னகையோடு அறைக்குள் நுழைந்தார் ரொமிலா தாப்பர்.

எப்படித் தொடங்குவது என்று தெரியாமல் விழித்துக்கொண்டு நின்ற என்னை அமரச் செய்து, என்னைப் பற்றியும் தமிழ்ப் பதிப்புலகம் பற்றியும் விசாரித்தார். டெல்லியின் அசாதாரணக் குளிர், தனது நூலின் மொழிபெயர்ப்புகள் ('இந்தி மொழி பெயர்ப்பைக்கூட என்னால் படித்து, சரிசெய்ய முடிந்ததில்லை'), வரலாற்று நாவல்கள் ('வரலாற்று நாவலா? குப்பைகளே அந்தப் பெயரில் பெரிதும் வருகின்றன'), ஜெய்ப்பூரிலும் கேரளாவிலும் இன்னபிற இடங்களிலும் நடைபெறும் இலக்கிய விழாக்கள் ('எனக்கு இதிலெல்லாம் ஆர்வமில்லை') என்று பத்துப் பதினைந்து நிமிடங்கள் உரையாடி நான் இயல்பு நிலைக்குத் திரும்பியதை உறுதி செய்துகொண்ட பிறகு, ஏதாவது கேள்விகளை எடுத்து வந்திருக் கிறீர்களா என்று மென்மையாக வினவினார். பையிலிருந்து நான் எடுத்த தாள்களைப் பார்த்துத் திகைத்தார். இவ்வளவு கேள்விகளா?

நான் எதிர்பார்த்ததைப் போல எந்தவொரு கேள்வியும் அவரைச் சலிப்படையச் செய்யவில்லை. மிக அடிப்படையான சந்தேகங் களுக்குக்கூட ஒரு குழந்தைக்கும் புரியும்படி நிறுத்தி நிதானமாக விளக்கமளித்தார். ஒரு கட்டத்தில் குறிப்பேட்டைக் குனிந்து குனிந்து பார்ப்பதைக் கைவிட்டுவிட்டு இயல்பாக உரையாட ஆரம்பித்தேன். நான் தயாரித்துச் சென்றதைக் காட்டிலும் கூடுதலான பல கேள்விகளை எழுப்பமுடிந்தது. இடையில், தன் இருக்கையிலிருந்து எழுந்து கோப்பைகளில் தேநீர் நிரப்பிக் கொடுத்த பிறகு மீண்டும் உரையாடலைத் தொடர்ந்தார்.

கிட்டத்தட்ட இரண்டு மணி நேரம். என் வாழ்வின் உன்னதமான தருணம்.

எந்தவிதப் பின்னணியும் இல்லாத என்னை இல்லத்துக்கு வரவேற்று இரண்டு மணி நேரத்தை அவர் எதற்காகச் செலவிடவேண்டும்? நான் இந்த உரையாடலை வைத்துக்கொண்டு என்ன செய்யப் போகிறேன்? எப்படிப் பயன்படுத்திக்கொள்ளப் போகிறேன்? எங்கே? அவருடைய சொற்களை உள்வாங்கிக்கொள்ளும் ஆற்றல் எனக்கு இருக்கிறதா? என்னால் அவற்றைச் சரியாக எழுத்தில் பதிவு செய்யமுடியுமா? இந்தச் சந்தேகங்கள் இறுதிவரை அவருக்கு எழவேயில்லை.

'கருத்தரங்குகள், புத்தக வெளியீடுகள் ஆகியவற்றில் கலந்து கொள்வதைக் குறைத்துக்கொண்டுவிட்டேன். ஆர்வத்தோடு என்னைச் சந்திக்க வருபவர்களோடு மட்டும் உரையாடிக் கொண்டிருக்கிறேன். நீங்கள் வருவதற்குமுன்பு இத்தாலியிலிருந்து ஒருவர் வந்திருந்தார். அங்குள்ள பல்கலைக்கழங்களில் வரலாற்றுத் துறைக்கு இப்போது மதிப்பில்லை என்றும் பாசிஸ்ட் நோக்கில் பாடங்கள் திருத்தப்படுவதாகவும் அவர் குறைபட்டுக்கொண்டார். இது இத்தாலியின் பிரச்சினை மட்டுமேவா என்ன?' என்றார்.

விடைபெறுவதற்கு முன்பு, தன்னுடைய புதிய நூலை எடுத்துவந்து கையெயெழுத்துப் போட்டுக் கொடுத்தார். 'வேறு எழுதும் திட்டமில்லை. இது என் இறுதிப் புத்தகமாக இருக்கும்' என்று அவர் சொன்னபோது என்ன பதிலளிப்பது என்று தெரியவில்லை. (அதன்பின் இரு புதிய நூல்கள் வெளிவந்துவிட்டன).

'கேள்விகளின்றி வரலாறு இல்லை. கேள்வி கேட்க ஒருபோதும் தயங்காதீர்கள். என்ன சந்தேகம் இருந்தாலும் அஞ்சல் அனுப்புங்கள். என்னால் இயன்ற அளவுக்குப் பதிலளிக்க முயற்சி செய்கிறேன்' என்றார். கர்நாடக இசை, டி.எம். கிருஷ்ணாவின் கலகக் குரல், இந்துஸ்தானி இசை, தனக்குப் பிடித்த த்ரூபத் இசை மரபு, டெல்லியில் நடைபெறும் இசை நிகழ்ச்சிகள் என்று அனுஷாவிடம் சிறிது நேரம் உரையாடினார். எட்டு மணி வாக்கில் விடைபெற்றுக்கொண்டோம். வாசல் வரை வந்து வழியனுப்பிவைத்தார்.

இருவருக்கு நன்றி சொல்லக் கடமைப்பட்டிருக்கிறேன். ரொமிலா தாப்பர் எப்போது சென்னை வருவார்? அவரைச் சந்திக்க உதவமுடியுமா என்று துளைத்தெடுத்தபோது, நேரடியாக எழுதிக்

கேளுங்கள். அவரைச் சந்திக்க சிபாரிசு தேவையில்லை என்று வழிகாட்டிய தோழர் விஜயசங்கருக்கு நன்றி.

நம் காலத்தின் மகத்தான ஆளுமை; அவரைப் பற்றி எழுதுவதற்கு முன்பு குறைந்தது ஒருமுறையாவது நேரில் சந்தித்துவிடுங்கள் என்று உந்தித் தள்ளியவர் ஆ.இரா. வேங்கடாசலபதி. அதற்கும் நேர்காணலைச் சீரான முறையில் செப்பனிட்டு உதவியதற்கும் அவருக்கு நன்றி. வெளியிட்ட காலச்சுவடுக்கு நன்றி. இந்நூலின் இறுதியில் பேட்டி இடம்பெற்றிருக்கிறது.

•

சமீபக் கால வரலாற்றில், ரொமிலா தாப்பர் அளவுக்கு அதிகம் கொண்டாடப்பட்ட, அதிகம் விமரிசிக்கப்பட்ட, அதிகம் தாக்கப்பட்ட இன்னொரு வரலாற்றாசிரியர் இல்லை. இருந்தும் அவர் நூல்கள் விற்பனையாகும் அளவுக்கு, அவர் புகழ் பரவிப் படர்ந்திருக்கும் அளவுக்கு, அவர் குறித்த சர்ச்சைகள் விவாதிக்கப் படும் அளவுக்கு அவர் வாசிக்கப்பட்டிருக்கிறார் என்று உறுதியாகச் சொல்ல முடியவில்லை.

'தேச விரோதி' என்று அவரைத் தூற்றுவோரும் சரி, 'மக்களுக்கான அறிவுஜீவி' என்று அவரை அரவணைத்துக்கொள்வோரும் சரி; இரு முகாம்களிலும் அவர் படைப்புகளில் ஒன்றைக்கூட முழுமையாகப் படித்திராதவர்களின் எண்ணிக்கையே மிகுதியாக இருக்கும் என்று நம்புகிறேன்.

பொதுவாக வாசிப்பு வழக்கம் உள்ளவர்களும்கூட ரொமிலா எழுதுவது 'புரியவில்லை' என்றும் 'நுழையவே முடியாத அளவுக்குக் கடினமாக இருக்கிறது' என்றும் குறைப்பட்டுக் கொள்வதைக் கேட்டிருக்கிறேன். இவர்களில் பலர் வரலாற்றின்மீது ஆர்வம் கொண்டவர்கள். ரொமிலாவை ஓர் ஆளுமையாக நன்கு அறிந்தவர்கள்.

ஒருமுறை பள்ளி ஆசிரியர்கள் சிலரோடு உரையாடிக் கொண்டிருந்த போது, 'படிக்க ஆரம்பித்தேன், தொடர முடியவில்லை' என்றும் 'எங்கிருந்து படிக்க ஆரம்பிப்பது என்றே தெரியவில்லை' என்றும் அவர்களில் சிலர் குறிப்பிட்டது நினைவுக்கு வருகிறது.

ரொமிலா தாப்பரின் எழுத்துகள் நிச்சயம் அணுக முடியாதவை அல்ல என்று என்னால் உறுதியாகச் சொல்ல முடியும். கல்விப் புலம் சார்ந்தவர்தான் என்றாலும் அவர் ஆய்வாளர்களுக்கும் ஆய்வு மாணவர்களுக்கும் மட்டுமே எழுதுபவரல்ல. அவருடைய பல

கட்டுரைகள் ஆய்வேடுகளில் வெளிவந்தவை என்றாலும் சிறிது முயன்றால் எவரும் அவற்றை வாசித்துப் புரிந்துகொண்டுவிட முடியும். முதல் வாசிப்பில் இயலவில்லை என்றால் அதே தலைப்பில் வேறு எளிய அறிமுகங்களை வாசித்துத் தெளிவடைந்து விட்டு, மீண்டும் ரொமிலாவை வாசிக்கத் தொடங்கலாம்.

தவிரவும், பொது வாசகர்களை மனதில் கொண்டு, அனைவருக்கும் சென்று சேரும்படியான நூல்களையும் கட்டுரைகளையும்கூட ரொமிலா எழுதியிருக்கிறார். இருந்தும் மனத்தடை காரணமாகப் பலர் விலகி நிற்கின்றனர் போலும்.

செய்தித்தாள்களும் இதழ்களும் ரொமிலாவின் கருத்தைக் கோரிப் பெறுகின்றன. நடப்பு அரசியல் சார்ந்து பல தொலைக்காட்சிப் பேட்டிகள் அளித்திருக்கிறார். இணையத்தில் தேடினால் கருத்தரங்கு உரைகள் மட்டுமின்றி அவருடைய எளிய நேர்காணல் களும் உரையாடல்களும்கூடக் கணிசமாகவே கிடைக்கும்.

●

ரொமிலா தாப்பரின் வாழ்வையும் பணிகளையும் எளிமையாக அறிமுகப்படுத்துவதே இச்சிறு நூலின் நோக்கம். இரண்டுமே வெவ்வேறு காரணங்களுக்காகச் சவாலானது. ரொமிலாவைப் பற்றி நமக்கு ஒரு கோட்டுச்சித்திரம் அளவுக்கு மட்டுமே தெரியும். அவருடைய விரிவான வாழ்க்கை வரலாறு இனிதான் எழுதப்பட வேண்டும். சமீபத்தில் வெளியான Talking History என்னும் நூலில்தான் முதல் முறையாக அவர் மனம் திறந்து தன் இளமைக் காலம், கல்வி, குடும்பப் பின்னணி ஆகியவற்றை ஓரளவுக்கேனும் பகிர்ந்து கொண்டிருக்கிறார்.

இந்நூலின் முதல் பகுதியை எழுதுவதற்கு மேற்காணும் புத்தகம் எனக்குப் பெரிதும் உதவியது. ரொமிலா தாப்பரின் வேறு சில பேட்டிகளிலிருந்தும் அவர் எழுதிய மற்றும் அவரைப் பற்றிய சில கட்டுரைகளிலிருந்தும் சில தகவல்களைச் சேர்த்திருக்கிறேன்.

ரொமிலாவின் வாழ்க்கை வரலாறு போலன்றி அவருடைய பரந்து விரிந்த ஆய்வுலகம் அதன் ஆழத்திலும் அறிவுச் செறிவிலும் நம்மைத் திகைப்பில் ஆழ்த்திவிடுகிறது என்பது இரண்டாவது சவால். வண்ணமயமான அந்த உலகை ஒரு சிறு நூலுக்குள் எளிமைப்படுத்தி அடக்குவதென்பது ஒரு யானையை வருடிக் கொடுத்து நம் உள்ளங்கைக்குள் கொண்டுவருவதைக் காட்டிலும் கடினமானது.

இந்நூலின் இரண்டாவது பகுதி, அவருடைய படைப்புகளை அறிமுகப்படுத்துவதற்குப் பதில் அவருடைய படைப்புகளை நோக்கி ஒருவர் தானாகவே நகர்ந்து போவதற்கான உந்துதலை மட்டும் வழங்க முயல்கிறது. மூன்றாவது பகுதி, ரொமிலா தாப்பருடனான நேர்காணல்.

இதனை எழுதுவதற்கு உதவிய நூல்கள், கட்டுரைகள், நேர்காணல்கள், உரைகள் ஆகியவற்றை பின்னிணைப்பில் அளித்திருக்கிறேன். ரொமிலா தாப்பரின் படைப்புகள், அவர் பெற்ற விருதுகள்/அங்கீகாரங்கள் ஆகியவற்றோடு முற்கால இந்தியாவை அறிந்துகொள்ள விரும்புபவர்களுக்கு உதவியாக ஒரு நூல் பட்டியலையும் சேர்த்திருக்கிறேன்.

இந்நூலின் முதல் வடிவம் நவம்பர் 2020இல் மின்னூலாக வெளிவந்தது. உள்ளடக்கத்தைக் கிட்டத்தட்ட இரட்டிப்பு அளவில் பெரிதாக்கிய பிறகு இப்போது அச்சு வடிவம் பெற்றிருக்கிறது.

நேர்மையாகச் சொல்லவேண்டுமானால், நான் எழுத விரும்பிய நூல் இதுவல்ல. என் கனவிலுள்ள நூலை எழுதுவதற்கு நான் என்னை இன்னும், இன்னும் நிறைய தகுதிப்படுத்திக்கொள்ள வேண்டியிருக்கிறது. அது சாத்தியமா, ஆமெனில் எவ்வளவு காலம் தேவைப்படும் என்று சொல்லத் தெரியவில்லை. அப்படியொரு நூலை நான் எழுதாமலேயே இருந்துவிடுவதற்கான சாத்தியம் மிக அதிகம் என்று தோன்றுகிறது. எனவே, இப்போதைக்கு இந்த எளிய அறிமுகம்.

ஒரு விளக்கம். இந்நூல் முழுக்க ரொமிலா தாப்பர் நிரம்பி இருக்கிறார் என்றாலும் அவரை வரி, வரியாக மொழிபெயர்த்து மேற்கோள் காட்டும் முயற்சியை நான் இதில் மேற்கொள்ள வில்லை. அவர் என்ன சொல்லியிருக்கிறாரோ (அல்லது எழுதியிருக்கிறாரோ) அதன் சாரத்தை உள்வாங்கி, எளிமையாக என் சொற்களில் அளித்திருக்கிறேன். தவறுகள், குறைகள், குற்றங்கள் முழுக்க, முழுக்க என்னுடையவை மட்டுமே.

மிக, மிக ஆரம்ப வடிவ அறிமுகமாகவே இதனை எடுத்துக் கொள்ளவேண்டும். சில கருத்துகள், சில செய்திகள் ஒன்றுக்கும் மேற்பட்ட இடங்களில் தோன்றுவதைத் தவிர்க்கமுடியவில்லை. கலைச்சொற்களை இயன்றவரை முற்றாகத் தவிர்த்துவிட்டேன் என்பதால் வரலாற்றுத் துறையில் பரிச்சயமற்றவர்களும் வேகத் தடைகளை எதிர்கொள்ளாமல் படித்துமுடித்துவிடலாம்.

இந்நூலிலுள்ள பிழைகளைக் கவனமாகக் கண்டறிந்து, களைந்த சுஜாதாவுக்கு நன்றி.

●

ஜவாஹர்லால் நேரு பல்கலைக்கழகத்தின் வரலாற்றுத் துறையைப் புதிய கனவுகளோடு மாற்றியமைத்த அனுபவத்தை ரொமிலா தாப்பர் பல இடங்களில் பகிர்ந்துகொண்டிருக்கிறார். இந்தியாவில் உள்ள பிற வகுப்பறைகள்போல் ஜேஎன்யு இருக்கக்கூடாது; மாணவர்களுக்கும் ஆசிரியர்களுக்குமான உறவுமுறை மேல்/கீழ் நிலைகளில் இருக்கக்கூடாது; வழக்கமான கற்பித்தல்முறை கூடாது; வழக்கம்போல் பாடத்திட்டங்களை மாணவர்கள்மீது திணிக்கக்கூடாது; மயானம் போல் அமைதியாக வகுப்பறை கிடக்கவேண்டியதில்லை என்று ஒவ்வொன்றையும் பார்த்துப் பார்த்து திருத்தி, உருமாற்றி, புதிய அடித்தளத்தை அமைத்த வர்களுள் ஒருவர் தாப்பர்.

கல்விக்கூடத்துக்கும் சமூகத்துக்கும் எந்தத் தொடர்பும் இருக்க வேண்டியதில்லை என்னும் நிலை மாறி, துடிப்பான, செயலூக்கம் கொண்ட ஓர் அரசியல் களமாக ஜேஎன்யு வளாகம் வளர்ச்சி கண்டதில் அவர் பங்களிப்பு முக்கியமானது. மாணவர்கள் அரசியல் பேசினார்கள். அனைத்தையும் விமரிசித்தார்கள். பலதரப் பட்டவர்களை வளாகத்துக்கு வரவழைத்து உரையாற்ற வைத்தார்கள். அரசாங்கத்தின் தவறான முடிவுகளை எதிர்த்தார்கள். பல்கலைக்கழக நிர்வாகம் தவறிழைக்கும்போதும் எதிர்க்கத் தயங்கியதில்லை. காஷ்மிர்முதல் பாலஸ்தீனம் வரை; தலித் அரசியல்முதல் கறுப்பின மக்கள் விடுதலைவரை எல்லாவற்றையும் காரசாரமாக விவாதித்தார்கள்.

ஜேஎன்யு போல் அல்லது அதைவிடவும் செழிப்பான ஒரு பல்கலைக்கழகத்தை நாமும் உருவாக்கவேண்டும் என்று இந்துத்துவர்கள் முயன்றிருந்தால் அதிகாரத்துக்கு வந்தவுடன் அதற்கேற்ப செயலாற்றத் தொடங்கியிருப்பார்கள். ஆனால், அப்படியொன்றை கற்பனை செய்வதற்கான ஆற்றல்கூட இல்லை என்பதால் ஏற்கெனவே நிலைபெற்றுவிட்டதை அழிப்பதற்கு என்னவெல்லாம் செய்யமுடியுமோ அனைத்தையும் செய்து கொண்டிருக்கிறார்கள்.

இந்துத்துவர்கள் ஆட்சிக்கு வந்தது தொடங்கி ஒரு போர்க் களமாகவே மாறியிருக்கிறது ஜேஎன்யு. ரொமிலா தாப்பரை அவமானப்படுத்த முயன்றார்கள். மாணவர்களைத் தேச

விரோதிகளாக முத்திரை குத்தினார்கள். மோதலும் வன்முறையும் வளர்த்தெடுக்கப்பட்டது. ஆற்றலை மட்டுப்படுத்தும் நோக்கத்தோடு நியமனங்கள் நடைபெற்றன.

வரலாறு எதிர்கொள்ளும் அதே தாக்குதலைத்தான் ஜேஎன்யுவும் சந்தித்துவருகிறது. சமூக அறிவியலாக வளர்த்தெடுக்கப் பட்டிருக்கும் வரலாற்றை, பழைய 'இண்டாலஜியாக' மாற்றுவதே இந்துத்துவத்தின் செயல்திட்டம். மிகச் சரியாக அந்தச் செயல்திட்டத்தைத்தான் ரொமிலா தாப்பர் தன் வாழ்நாள் முழுக்கத் தகர்த்துக்கொண்டிருக்கிறார்.

●

ஒரு கையில் கோலூன்றி இன்னொரு கையால் ஒரு பெண்ணைப் பற்றிக்கொண்டு, கண்களை இடுக்கியபடி ரொமிலா தாப்பர் நடந்து செல்லும் படமொன்றை சமூக வலைத்தளத்தில் கண்டேன். தில்லியிலுள்ள ஷாஹின்பாக் போராட்டக்களத்துக்குச் சென்று கொண்டிருந்தார் அவர். பின்வரும் வரிகளோடு அந்தப் படத்தை ஃபேஸ்புக்கில் பகிர்ந்திருந்தேன்.

'சிந்தனைதான் செயல். செயல்தான் சிந்தனை. மக்களுக்கான அறிவுஜீவி என்று ரொமிலா தாப்பர் ஏன் அழைக்கப்படுகிறார் என்பதை இந்த ஒரு படம் விளக்கிவிடும். வரலாறு வீதிகளில்தாம் எழுதப்படுகிறது. ஷாஹின்பாக், டெல்லி.' (10 பிப்ரவரி 2020).

எப்போதெல்லாம் அரசியல் சூழல் கவலையளிப்பதாக இருக்கிறதோ (இப்போதெல்லாம், அடிக்கடி) இந்தப் படத்தை நினைவில் தேக்கி நிறுத்திக்கொள்ள முயற்சி செய்வேன்.

'நானும் மனச்சோர்வு கொள்வதுண்டு. அப்படி நேரும்போ தெல்லாம் என்னை நானே மீட்டெடுத்துக்கொள்வேன். இருண்டு கிடக்கும் புதைகுழிக்குள் தள்ளப்படும்போது நாம் செய்ய வேண்டியது ஒன்றுதான். எதையாவது பற்றிக்கொண்டு, எப்படி யாவது மேலே ஏறிவர ஆரம்பிக்கவேண்டும்' என்கிறார் தாப்பர்.

பற்றிக்கொள்ள நமக்கு அவர் இருக்கிறார். இப்படியொர் இருளில் நாமேன் சிக்கிக்கொண்டிருக்கிறோம் என்பதையும் மீள்வதற்கு நாம் என்ன செய்யவேண்டும் என்பதையும் ஒருசேரக் கற்றுக் கொடுக்கிறார் ரொமிலா தாப்பர். சொல்லாலும் செயலாலும்.

பிப்ரவரி 2022 மருதன்

வாழ்க்கை

1. தொடக்கம்

என்னைப் பற்றிப் பேசுவதற்குப் பதில் நாம் ஏன் என் படைப்புகள் குறித்துப் பேசக் கூடாது? நான் கடந்து வந்த பாதையை அசைபோடுவதற்குப் பதில் இந்தியா கடந்து வந்த பாதைகள் குறித்து ஏன் நாம் விவாதிக்கக் கூடாது? என் வாழ்க்கையைக் குறைவாகவும் வரலாறு குறித்து அதிகமாகவும் உரையாடவே எனக்கு விருப்பம் இருக்கிறது. உங்களுக்குச் சம்மதமா?

ரொமிலா தாப்பரின் வாழ்வையும் பணிகளையும் அறிமுகப் படுத்தும் நூலொன்றை எழுதுவதற்காக காந்திய ஆய்வாளரான ராமின் ஜஹன்பெக்லோ சந்தித்தபோது அவருக்குக் கிடைத்த பதில் இது. ரொமிலா தாப்பர் இப்படித்தான் சொல்வார் என்பது அவருக்கும் தெரியும் என்பதால் நிச்சயம் உங்களுக்கு விருப்பமானதைப் பற்றியே பேசுவோம் என்று ஒத்துக்கொண்டார் அவர்.

ஜவாஹர்லால் நேரு பல்கலைக்கழகத்தில் வரலாற்றுப் பேராசிரியராக இருந்த நீலாத்ரி பட்டாச்சாரியாவும் இந்த உரையாடலில் இணைந்துகொண்டார். 'Talking History' என்னும் தலைப்பில் ஆக்ஸ்ஃபோர்ட் வெளியீடாக இந்த உரையாடல் நூல்

வடிவம் பெற்றது. ரொமிலா தாப்பரின் குடும்பப் பின்னணி, அவருடைய குழந்தைப் பருவம், அவர் வளர்ந்த பின்னணி ஆகியவற்றை அறியும்போது அவர் எழுதும் வரலாறு மட்டுமல்ல அவர் வாழ்வுமேகூட வண்ணமயமானதுதான் என்பதை நம்மால் புரிந்துகொள்ள முடிகிறது.

குடும்பமும் இடப்பெயர்ச்சியும்

ஒரு நடுத்தர வர்க்க பஞ்சாபி குடும்பத்தில் 1931ஆம் ஆண்டு ரொமிலா தாப்பர் பிறந்தார். யாரைப் பற்றித் தெரிந்துகொள்ள வேண்டு மென்றாலும் உங்கள் சொந்த ஊர் என்ன என்றுதான் எல்லோரும் ஆரம்பிப்பார்கள். ரொமிலாவுக்குச் சொந்த ஊர் என்று ஒன்று கிடையாது. அங்கே, இங்கே என்ற பல இடங்களில் வளர்ந்தவர் அவர்.

ரொமிலாவின் தந்தை, தயா ராம் தாப்பர் ஒரு ராணுவ மருத்துவர். லண்டன் எடின்பர்க் பல்கலைக்கழகத்தில் மருத்துவம் பயின்றவர். வெகு காலத்துக்குப் பிறகு அப்பா படித்த அதே பல்கலைக் கழகத்திடமிருந்து, அவர் பட்டம் பெற்ற அதே அரங்கில் நான் முனைவர் பட்டம் பெற்றுக்கொண்டபோது பெருமிதத்தில் திளைத்தேன் என்கிறார் ரொமிலா.

அப்பாவுக்கு அவ்வப்போது பணி மாற்றம் நடந்துகொண்டே இருக்கும். ஓரிடத்துக்கு அனுப்புவார்கள். பெட்டிகளைக் கீழே இறக்கிவைத்துவிட்டு அது எந்த மாதிரியான பகுதி என்று ஊரை ஒரு வலம் வருவதற்குள் மறு தந்தி வந்துவிடும். காலி செய்துகொண்டு கிளம்ப வேண்டியதுதான்.

இது வெறும் வீடு மாற்றம் மட்டுமல்ல என்கிறார் ரொமிலா. அப்போதுதான் ஒரு பள்ளியில் என்னைச் சேர்த்திருப்பார்கள். நண்பர்கள் கிடைப்பதற்குள் இன்னோர் இடத்தில் புதிய பள்ளியில் சேர வேண்டும். அங்கே இன்னொருமுறை புதிய நண்பர்களைப் பிடிக்க வேண்டும். அவர்களோடு நெருங்குவதற்கு முன்பே இவர்களோடு இன்னும் எவ்வளவு காலம் இருக்கப் போகிறோமோ என்று நினைக்க வேண்டியிருக்கும்.

ரொமிலாவுடன் பிறந்தவர்கள் இருவர். ரொமேஷ் தாப்பர், பிம்லா இருவரும் அவரைவிட வயதில் மூத்தவர்கள். நான் குழந்தையாக இருந்தபோது இருவரும் பள்ளியில் படித்துக்கொண்டிருந்தனர். அந்த வகையில் நான் வீட்டில் ஒற்றைக் குழந்தையாகவே

வளர்ந்தேன் என்றும் சொல்லலாம். எனக்குப் பதினாறு, பதினேழு வயது ஆன பிறகே எங்களுக்கிடையில் இருந்த தூரம் குறைந்தது என்கிறார் ரொமிலா. பிம்லா ஒரு மருத்துவரை மணந்துகொண்டார். ரொமேஷ் மும்பைக்குக் குடிபெயர்ந்து டைம்ஸ் ஆஃப் இந்தியாவில் பணியாற்றத் தொடங்கினார்.

வட இந்தியாவையும் இப்போதைய பாகிஸ்தானையும் உள்ளடக்கிய ஒரு பிரதேசம் வடமேற்கு எல்லைப்புற மாகாணம். ரொமிலா தாப்பர் தனது பெரும்பாலான குழந்தைப் பருவத்தை இங்குள்ள பகுதிகளில்தான் கழித்தார். அதன்பின் டால்ஹவுசி, பெஷாவர், ராவல்பிண்டி ஆகிய நகரங்களுக்கு இடம்பெயர்ந்து செல்ல வேண்டிருந்தது. பிறகு, லாகூரில் சிறிது காலம். அதன்பின் பூனாவில் அதிசயத்திலும் அதிசயமாகத் தொடர்ச்சியாக எட்டு ஆண்டுகள். இதில் சொந்த ஊர் என்று அவர் எதனை அழைக்க முடியும்?

எனக்கு 11 வயது ஆகும்போது அப்பாவுக்கு ராவல்பிண்டியில் இருந்து பூனாவுக்கு இன்னுமொரு மாற்றம் வந்தது. ஆகா, முதன்முறையாக தென்னிந்தியாவுக்குப் போகப் போகிறோம் என்று நான் மகிழ்ந்துகொண்டிருந்தேன். ஆம், மும்பை, பூனா ஆகியவை தெற்கிலுள்ள பகுதிகள் என்றுதான் நான் அப்போது நம்பிக் கொண்டிருந்தேன். அங்கே போன பிறகுதான் உண்மை தெரிந்தது.

இந்த அலைக்கழிப்பு ஆரம்பத்தில் சலிப்பையும் குழப்பத்தையும் ஏற்படுத்தினாலும் போகப் போக பழகிக்கொண்டார் ரொமிலா. ஒவ்வொருமுறை இடம் மாறும்போதும் புதிய புவியியலை அவர் கண்டார். புதிய மனிதர்களைப் பார்க்கவும் அவர்களோடு பழகவும் முடிந்தது.

அப்பாவுக்கு அடிக்கடி பணிமாற்றம் நடக்காமல் போயிருந்தால் ஏதேனும் ஓரிடத்தில் அடைந்து போயிருக்க நேரிட்டிருக்கும். பழகிய இடத்தை, பழகிய நண்பர்களைவிட்டுப் பிரியும்போது ஏற்படும் சோகம் புதிய இடத்தை, புதிய நண்பர்களை அடையும்போது மறைந்து போனது. சொந்த ஊர் என்றொன்று இல்லாமல் இருப்பதும் ஒரு வகையில் நல்லதுதான். எதுவுமே சொந்தமில்லை, அதே நேரம் எல்லாமே சொந்தம்.

காலத்தில் பின்னோக்கிச் சென்றால் எங்கள் மூதாதையர்களின் தொடக்கப் புள்ளியை நீங்கள் ஆப்கனில் பார்க்க முடியும். இப்படியொரு பின்னணியைக் கொண்ட ஒரு சில குடும்பங்களில்

எங்களுடையதும் ஒன்று என்பதில் எங்களுக்கு அப்போது பெருமிதம் இருந்தது என்கிறார் ரொமிலா.

இடப்பெயர்ச்சி அவர்களுடைய மரபின் ஒரு பகுதி போலும். ரொமிலாவின் மூதாதையர்கள் பஞ்சாபிலிருந்து கந்தகார், காபூல் ஆகிய பகுதிகளுக்குக் குடிபெயர்ந்து சென்றவர்கள். இரு நூற்றாண்டுகளுக்கு முன்பு மீண்டும் பஞ்சாபிலுள்ள லூதியானாவுக்கு அவர்கள் திரும்பி வந்தனர். பிறகு லாகூர். கத்ரி என்னும் வணிகர் பிரிவைச் சேர்ந்த அவர்கள் உலர் பழங்களை விற்பனை செய்து வந்தார்கள்.

ரொமிலாவின் அப்பா வழி தாத்தா குஞ்ச் பிகாரி தாப்பர் ஒரு பள்ளி ஆசிரியர். ராய் சாஹிப் என்று அவர் அழைக்கப்பட்டார். பிரிட்டிஷார் அவருக்கு அளித்த பட்டம் அது. உருது, பாரசீகம், இந்தி, பஞ்சாபி, ஆங்கிலம் ஆகிய மொழிகளில் எழுதவும் பேசவும் அவருக்குத் தெரியும். எழுதுவதில் ஆர்வம் மிக்கவராக இருந்திருக்கிறார்.

அவருடைய மொழிப் புலமையைக் கண்டு வரவேற்று, சர்க்கார் பதவி வழங்கினர் பிரிட்டிஷ் அதிகாரிகள். அச்சில் வெளிவரும் எல்லா மொழி செய்தித்தாள்களையும் படித்து முக்கியமானவற்றின் சுருக்கத்தை எழுதி அதிகாரிகளுக்கு அவர் சமர்ப்பிப்பார். விரைவில் மதிக்கத்தக்க ஆளுமையாக அவர் உயர்ந்தார். லாகூரில் ஒரு பெரிய வீடு கட்டிக்கொண்டார். ரொமிலா பிறப்பதற்குச் சில மாதங்கள் முன்பு இறந்து போனார். அவர் எப்படி இருந்திருப்பார் என்று கற்பனை செய்து பார்ப்பது அப்போதெல்லாம் என் வழக்கமாக இருந்தது. தாத்தாவைப் போலவே அப்பாவுக்கும் அரசுப் பணிதான் என்றாலும் தாத்தா போல் அப்பா பிரிட்டிஷ் ஆதரவாளராக இருக்கவில்லை என்கிறார் ரொமிலா.

என் அப்பா வழி பாட்டியை எல்லோரும் 'மாஜி' என்று அழைப்பார்கள். அவர் அவ்வளவாகப் படித்தவர் அல்லர் என்றாலும் எல்லோரும் அவரைக் கண்டு அஞ்சுவது வழக்கம்.? அம்மா வழி தாத்தா கரேத்தி ராம் கோஸ்லா ஒரு வழக்கறிஞர். பாரசீக, உருது கவிதைகள் படிப்பதில் ஆர்வம் கொண்டவராக இருந்தார். அவர் மனைவியை 'பிபிஜி' என்று அழைப்போம். இனிமையானவர், மிகவும் அழகானவர். அவரின் ஐந்து மகள்களும் அவரைத் தூக்கி வைத்துக் கொண்டாடுவது வழக்கம் என்கிறார் ரொமிலா.

ஒவ்வொரு குடும்பமும் தனது மரபுத் தொடர்ச்சியை அதற்குண்டான தனித்துவமான பதிவேட்டில் பதிவு செய்வது வழக்கம். இந்தப் பதிவைச் செய்வதற்கென்றே பூசாரிகள் இருப்பார்கள். அப்படியொருவர் ரொமிலாவின் தாத்தா கோஸ்லாவின் வம்சாவழியைப் பதிவு செய்வதற்காக ஒருமுறை வருகை புரிந்தார்.

தாத்தா, பாட்டிக்கு ஆண் குழந்தை இல்லை. எனவே தாத்தாவின் பெயருக்கு எதிரில் 'குழந்தைகள் இல்லை' என்று அந்தப் பூசாரி குறிப்பிட்டார். அவர்களைப் பொருத்தவரை ஆண் குழந்தையை மட்டும்தான் வம்சத்தின் தொடர்ச்சியாக ஏற்றுக்கொள்வார்கள். பெண் குழந்தை மட்டுமே இருக்கிறது என்றால் வம்சத் தொடர்ச்சி இல்லை என்று பொருள். இது என் தாத்தாவை மிகவும் கோபம் கொள்ள வைத்தது. அதற்குப் பிறகு அந்தப் பூசாரியை அவர் சந்திக்கவே இல்லை என்கிறார் ரொமிலா.

எங்கள் வீட்டில் எல்லாப் பெண் குழந்தைகளும் பட்டதாரிகளாக வளர்ந்தனர். அப்படித்தான் அவர்களை வளர்க்க வேண்டும் என்பதில் என் தாத்தா, பாட்டி உறுதியோடு இருந்தனர். இருபதுகளில் இது ஓர் அபூர்வ நிகழ்வு. ஆனால், எனக்கு அப்போது அது தெரியாது. நன்கு படித்த பெண்களுக்கு மத்தியில் வளர்ந்து வந்ததாலோ என்னவோ பெண்ணியத்தை மிகத் தாமதமாகவே நான் கண்டடைந்தேன் என்கிறார் ரொமிலா. சில ஆண்டுகளுக்குப் பிறகு அவர் வாசித்த சிமோன் பொவாரின் 'தி செகண்ட் செக்ஸ்' புத்தகம் அவருக்குள் ஆழ்ந்த தாக்கத்தை ஏற்படுத்தியது.

2. ஆத்திகமா நாத்திகமா?

மத நம்பிக்கையாளர்களைக் கொண்ட குடும்பம்தான் எங்களுடையது. ஆனால், மத உணர்வுகள் இன்றுள்ளதைப் போல் என் வீட்டில் அழுத்தமாக வெளிப்பட்டு நான் கண்டதில்லை என்கிறார் ரொமிலா தாப்பர். என் பாட்டி பகவத் கீதை, ராமாயணம் உள்ளிட்ட பல சமஸ்கிருத நூல்களை இந்தி மொழிபெயர்ப்பில் வாசித்துக்கொண்டிருப்பார். அவரிடமிருந்தும் குடும்பத்திலுள்ள மற்றவர்களிடமிருந்தும் நாங்கள் நிறைய கதைகளைக் கேட்டு வளர்ந்தோம். இதிகாசப் புராணக் கதைகளோடு நாட்டுப்புறக் கதைகளும் அவற்றுள் அடக்கம். மாஜிக்கு என் அம்மா ராமாயணம் வாசித்துக் காட்டுவது வழக்கமாக இருந்தது.

மற்றபடி தினப்படி மதச் சடங்குகள் எதுவும் தனியாக எங்கள் வீட்டில் பின்பற்றப்பட்டதில்லை. பண்டிகைக் காலங்களில் மட்டும் விதிவிலக்கு. வீட்டில் யாரும் அதிகம் கோயில்களுக்குச் சென்ற தில்லை. குழந்தைகளையும் அழைத்துச் சென்றதில்லை. அப்போது லாகூரில் ஆரிய சமாஜம், சனாதன தர்மம் போன்ற இயக்கங்கள் இந்து குடும்பங்களுக்கு மத்தியில் செல்வாக்கு மிக்கவையாக இருந்ததும் இதற்கு ஒரு காரணமாக இருக்கக்கூடும். குடும்ப

விழாக்களில் உற்சாகமாகக் கலந்துகொள்வோம். நாங்கள் சென்று வந்த திருமணங்களை நினைவில் வைத்திருந்து எங்கள் பொம்மை களுக்கும் அதேபோல் மணம் முடித்து விளையாடுவோம்.

என் அம்மா வழி பாட்டியோடு நான் நெருக்கமாக இருந்தேன். நான் பேசுவதை அவர் காது கொடுத்துக் கேட்பார். மதத்தை முறைப்படி எனக்கு அறிமுகப்படுத்தியவர் அவர்தான். அப்போது எனக்கு நான்கு வயது. பிர் வழிபாடு செய்யப் போகிறேன் வருகிறாயா என்று ஒருநாள் கேட்டார். வருகிறேன் என்றதும் தர்காவுக்கு அழைத்துச் சென்றார். பிரகாரம் சுற்றி வந்து அவர் வணங்குவதை நான் வியப்போடு பார்த்தேன். இதெல்லாம் எதற்காகச் செய்கிறீர்கள் என்று நான் கேட்டபோது, எப்படி உனக்கு இதுகூடத் தெரியாமல் இருக்கிறது என்று அவர் அதிர்ச்சியடைந்தார். வழிபாட்டுத் தலங்கள், விக்கிரகங்கள், வழிபாட்டு முறைகள், சம்பிரதாயங்கள் ஆகியவற்றையெல்லாம் நீ தெரிந்து வைத்திருக்க வேண்டாமா?

அதன் பிறகுதான் அம்மாவிடம் ஓடிவந்து எல்லாவற்றுக்கும் விளக்கம் கேட்டுப் பெற்றுக்கொண்டார் ரொமிலா. நாம் கிருஷ்ணரின் பக்தர்கள், மதம் என்னும் அமைப்புக்குள் நாம் வைணவர்கள் என்று அழைக்கப்படுவோம் என்றார் அம்மா. கூடவே சில வழிபாட்டுப் பாடல்களையும் சுலோகங்களையும் அவர் கற்றுக்கொடுத்தார். தொடர்புடைய பல கதைகளையும் அவரிடமிருந்து கேட்டுத் தெரிந்துகொண்டார். அந்தக் கதைகள் அனைத்தும் அவருக்குப் பிடித்திருந்தன.

அதன் பிறகு மீண்டும் பாட்டியிடம், பிர் என்றால் யார் என்று கேட்டபோது, அது இறைவனைப் பின்பற்றும் புனிதரின் பெயர். ஈஸ்வரன், அல்லா, பகவான் எல்லாமே அவருடைய பெயர்கள்தான் என்றார் பாட்டி.

விஷ்ணு பக்தையான பாட்டி, கீதையை உச்சாடனம் செய்யும் பாட்டி, தொடர்ச்சியாக தர்காவுக்குச் சென்று வழிபட்டதும் மலர்களைக் காணிக்கையாக அளித்ததும் ரொமிலாவுக்குக் குழப்பத்தை ஏற்படுத்தியது உண்மை. நாம் குறிப்பிட்ட ஒரு மதப் பிரிவைச் சேர்ந்தவர்கள் என்றால் அதற்குண்டானவர்களை மட்டுமே அல்லவா வழிபட வேண்டும்? இஸ்லாமியர்களுக்கு, இந்துக்களுக்கு, பௌத்தர்களுக்குத் தனித்தனிக் கடவுள்கள் அமைந்துள்ளார்கள் அல்லவா? அவரவருக்கென்று நிர்ணயிக்கப் பட்ட கடவுளையல்லவா ஒவ்வொருவரும் வணங்க வேண்டும்? ஏன் பாட்டி தர்காவுக்குப் போக வேண்டும்?

அப்படியெல்லாம் பிரித்துப் பார்க்க வேண்டியதில்லை. ஒருவர் யாரை வழிபட வேண்டும் என்பது அவர் தேர்வு. வழிபாடு மனப்பூர்வமானதாக இருந்தால் போதும் என்றார் பாட்டி.

எப்போதெல்லாம் வாய்ப்பு கிடைக்கிறதோ அப்போதெல்லாம் தவறவிடாமல் 'ஓம் ஜய ஜகதீஷ ஹரே' என்று உற்சாகத்தோடு பாடியது இப்போதும் நினைவில் இருக்கிறது. ஒவ்வொரு முறை பாடும்போதும் மனநிறைவு ஏற்பட்டது போல் இருக்கும்.

மாற்று உலகங்கள்

படித்தது கிறிஸ்தவப் பள்ளியில் என்பதால் அங்கே மற்றொரு புதிய மதம் ரொமிலாவுக்கு அறிமுகமானது. வேதாகம வகுப்புகள் நடக்கும்போதெல்லாம் அங்கே சென்று அமர்ந்துகொள்வார் ரொமிலா. வந்துதான் ஆக வேண்டும் என்று கட்டாயமெல்லாம் இல்லை. பலரும் சந்தேகிப்பதைப் போல் அப்போது யாரும் மாணவர்களைக் கிறிஸ்தவத்துக்குள் இழுப்பதற்கெல்லாம் முயற்சிக்கவில்லை. இருந்தாலும் ஆர்வத்தோடு நான் மத வகுப்புகளுக்குச் சென்றேன் என்கிறார்.

கிறிஸ்தவம் நான் அறிந்து வைத்திருந்த மதத்தைவிட மாறு பட்டிருந்தது. வீட்டில் கேட்காத பல கதைகளை அங்கே சொல்வார்கள். கதை கேட்கப் பிடிக்காதவர்கள் யாராவது இருக்க முடியுமா? குறிப்பாக, பழைய வேதாகமக் கதைகள் எனக்குப் பிடித்திருந்தன. யூத தீர்க்கதரிசிகள் பற்றிய கதைகள் என்னைக் கவர்ந்தன.

அதேபோல் அப்பாவின் மற்றொரு நண்பர் மூலம் இஸ்லாம் அவருக்கு அறிமுகமானது. எந்த மதம் குறித்தும் வீட்டில் தயக்கமின்றி அப்பாவோடு அவரால் விவாதிக்க முடிந்தது. என்னைக் கிறிஸ்தவப் பள்ளியில் சேர்த்திருக்கிறீர்களே, ஒருவேளை நான் மதம் மாறிவிடுவேனா என்று நீங்கள் அஞ்சியிருக்கிறீர்களா என்று ஒருநாள் அப்பாவிடம் கேட்டார் ரொமிலா. நீ அப்படிச் செய்ய மாட்டாய் என்று எனக்குத் தெரியும் என்றார் அப்பா.

தன் மகள்மீதான நம்பிக்கை என்பதைவிடத் தன் மதத்தின்மீதான நம்பிக்கை என்றுதான் இதனைச் சொல்ல முடியும். கிறிஸ்தவம், இஸ்லாம் என்று எத்தனை மதங்களை அறிமுகப்படுத்திக் கொண்டால்தான் என்? இந்து மதத்தைக் காட்டிலும் மேலானதொன்று இருக்க முடியுமா என்? பிறகேன் நான் அஞ்ச வேண்டும் என்பதுதான் அவர் வாதம். ஆனால், என்றுமே இதை

அப்பாவிடம் வெளிப்படையாகச் சொன்னதில்லை. இந்து மதம் குறித்த பிரசாரங்களிலும் என்னிடம் ஈடுபட்டதில்லை என்கிறார் ரொமிலா.

உங்களைப் பொருத்தவரை மதம் என்றால் என்ன என்று அப்போது யாராவது கேட்டிருந்தால் ரொமிலா இப்படிப் பதிலளித்திருப்பார். கதை சொல்வது, பாட்டு பாடுவது, சுலோகம் சொல்வது, விதவிதமாக இனிப்புகள் சுவைத்து மகிழ்வது. இதுதான் மதம். இவ்வளவுதான். மதத்துக்கு ஏற்றாற்போல் கதைகளும் பாடல்களும் சுலோகங்களும் இனிப்புகளும் மாறலாம். வழிபாட்டு இடங்கள் மாறலாம். கடவுள்கள் மாறலாம். ஆனால், அடிப்படையில் எல்லாமே ஒன்றுபோல் காட்சியளித்தன.

பதின் பருவத்தில் தன் குடும்பத்தினரைப் போல் மாற எண்ணி கிருஷ்ணர் மீது மையல் கொண்டிருந்தார் ரொமிலா. ஆனால், விரைவில் ஆர்வம் கரைந்துவிட்டது. யார் எனக்கான கடவுள்? எது எனக்கான மதம்? எனது விடுதலையை எங்கிருந்து பெறுவது? அல்லது கடவுள் நம்பிக்கையே வேண்டாம் என்று இருந்துவிடுவோமா?

ஆத்திகமா நாத்திகமா என்னும் கேள்வியை வைத்துக்கொண்டு அங்கும் இங்குமாகக் கொஞ்சம் ஊசலாடினார் ரொமிலா. குழப்பம் விரைவில் மறைந்தது. மதங்களிடமிருந்து விலகி நிற்க முடிவெடுத்தார். இதன் பொருள் நான் மதங்களை வெறுத்தேன் என்பதல்ல என்றும் தெளிவுபடுத்துகிறார். எல்லா மதங்களிலும் உள்ள மனிதத்தன்மை என்னை அசைத்தது. இன்னமும் அசைக்கிறது.

ஒருமுறை பல்கலைக்கழகப் பணி தொடர்பாக ரொமிலா தாப்பர் திருப்பதிக்குச் செல்ல நேர்ந்தது. அது அதிகாலை நேரம். சுப்ரபாதத்தோடு அர்ச்சனை ஆரம்பமானது. இருளும் இசையும் அமைதியும் ஒரு புள்ளியில் ஒன்றிணைகின்றன. ஒவ்வொரு மலராகப் புறப்பட்டுவந்து விக்கிரகத்தைத் தழுவிக்கொள்கிறது. அந்தத் தருணத்தில் நான் நெகிழ்ந்து போனேன் என்கிறார் தாப்பர்.

இங்கிலாந்திலுள்ள ஆவ்பரி மெகாலித்திக் கல்வட்டங்களைப் பார்வையிடும்போதும் இதேபோன்ற விவரிக்க முடியாத உணர்வு ஏற்பட்டதாகக் குறிப்பிடுகிறார் தாப்பர். இந்தக் கல்வட்டங்கள் தொன்மை ஐரோப்பிய மத நம்பிக்கையை ஏற்பவர்களுக்கு முக்கியமானவை. அதிகாலையில் இங்கே நடந்து சென்றது மறக்க முடியாத ஓர் அனுபவம் என்கிறார் தாப்பர்.

இந்த அனுபவத்தைப் பெற நீங்கள் இந்து மதத்தையோ பழங்கால ஐரோப்பிய மதத்தையோ ஏற்று, பின்பற்ற வேண்டும் என்று அவசியமில்லை. சுப்ரபாதமும் கர்நாடக இசையும் இந்துஸ்தானி இசையும் மதங்கள் கடந்தவை. ராமாயணமும் மகாபாரதமும் வேதாகமமும் பக்தி இலக்கியங்களும் நம்பிக்கையாளர்களுக்கு மட்டுமேயானவை அல்ல.

இசையாக, பாடலாக, கதையாக, நெகிழ்ச்சியூட்டும் அனுபவமாக ஒருவருடைய ஆன்மிக உணர்வு வெளிப்படும்போது அது எவ்வளவு அழகாக இருக்கிறது! ஆனால், இன்றோ வன்முறை, வகுப்புவாதம், வெறுப்பு அரசியல் என்று மதம் சிதைந்து கிடக்கிறது. கோயில், மசூதி, தேவாலயம், குருத்வாரா போன்ற வழிபாட்டுத் தலங்கள் செல்வம் கொழிக்கும் கேந்திரங்களாகவும் சமூக ஆதிக்கத்தின் அடையாளங்களாகவும் மாறிவிட்டன. மதம் என்பதற்கான பொருளே மாறிவிட்டது என்கிறார் ரொமிலா.

๑

3. புதிய இந்தியா, புதிய கனவுகள்

கான் அப்துல் கபார் கானும் அவரது சகோதரர் டாக்டர் கான்சாகிபும் ரொமிலாவின் பெற்றோருக்கு நெருங்கிய நண்பர்களாக இருந்தனர். கபார் கான் (பாட்ஷா கான் என்றுதான் நண்பர்கள் அழைப்பார்கள்) எப்போது வேண்டுமானாலும் வீட்டுக்கு வருவார். 'கதவைத் திறங்கள், எனக்கொரு கோப்பைத் தேநீர் வேண்டும்' என்று வாசலில் நின்று உரக்கக் குரல் கொடுப்பார். நாங்கள் எல்லோரும் அவரை வரவேற்க வாசலுக்கு ஓடுவோம். பிறகு எல்லோரும் சேர்ந்து தேநீர் அருந்துவோம்.

அப்போது ரொமிலாவுக்கு ஏழு அல்லது எட்டு வயது இருக்கும். கபார் கான் யார், அவருடைய அரசியல் என்ன என்பது பற்றியெல்லாம் வீட்டிலிருப்பவர்களுக்குத் தெரியும். என்னைப் பொருத்தவரை அவர் கனிவானவர், அன்பானவர். உயரமான அந்த மனிதரை நான் எப்போதுமே வியப்போடு பார்ப்பேன். அவருடைய குரல் இன்னமும் நன்றாக நினைவில் இருக்கிறது. 'பத்தான்கள்' என்று எங்களைக் கிண்டலோடு அழைப்பார். பிரிட்டிஷ் ஆட்சியைக் கடுமையாக எதிர்த்துவந்த ஒருவரோடு அரசுப் பணியில் இருந்த என் தந்தை நெருங்கிப் பழகியது இப்போதும் ஆச்சரியமளிப்ப தாகவே இருக்கிறது.

பிரிவினைக்கான சாத்தியம் குறித்து எங்கள் வீட்டில் பேசிக் கொண்டனர். என் தந்தைக்கு அதில் வருத்தம். அவர் ஒன்றுபட்ட இந்தியாவை விரும்பினார். அந்த வாதங்களையெல்லாம் என்னால் அப்போது புரிந்துகொள்ள முடியவில்லை.

ரொமிலாவின் தந்தையால் வெளிப்படையாகச் சுதந்திரப் போராட்டத்தில் பங்கேற்க முடியவில்லை என்றாலும் ஓய்வு பெற்ற பிறகு ராணுவ மருத்துவத் துறை குறித்து நூலொன்றை எழுதினார். இத்துறையில் பிரிட்டிஷ் அதிகாரிகள் மெல்ல மெல்ல வெளியேறி இந்தியர்கள் நிறைந்ததை அவர் பெருமிதத்தோடு குறிப்பிடுகிறார்.

நாங்கள் வாழ்ந்த பகுதியில் அரசியல் வெளிப்படையாக வீடுகளில் விவாதிக்கப்பட்டதில்லை என்கிறார் ரொமிலா. காரணம், வடமேற்கு எல்லைப்புற மாகாணம் தொடங்கி ஸ்வாட் பள்ளத்தாக்கு வரையிலான பகுதி பிரிட்டனின் தடுப்பு அரணாக விளங்கியது. எப்போதும் அங்கே ராணுவம் குவிக்கப்பட்டிருக்கும். பத்தான் பழங்குடியினரை ஐரிஷ் புரட்சியாளர்களைப் போல் பிரிட்டிஷார் ஐயத்தோடும் எச்சரிக்கையுணர்வோடும் பார்த்திருப்பார்கள் என்று நினைக்கிறேன் என்கிறார் ரொமிலா.

அங்கிருந்து வெளியேறி பூனாவுக்குச் சென்றபோது காட்சிகள் இன்னமும் துலக்கமாகப் புலப்பட்டன. காலனியாதிக்கத்துக்கும் தேசியத்துக்கும் இடையில், அடிமைத்தனத்துக்கும் சுதந்தரத்துக்கும் இடையில், ஓர் இந்தியாவுக்கும் இன்னோர் இந்தியாவுக்கும் இடையில் பெரும் மோதலொன்று உக்கிரமாக நடைபெற்று வருவதை ரொமிலா கண்டார். ஒரே நேரத்தில் சிந்தனைகளுக்கு இடையிலான போராகவும் மனிதர்களுக்கு இடையிலான போராகவும் அது இருந்தது.

பரபரப்பாக இயங்கிக்கொண்டிருந்த ஓர் இந்தியாவை முதல் முறையாக பூனாவில் கண்டார் ரொமிலா. சாலைகளில் கைவிலங்கு பூட்டப்பட்டு, பலர் வரிசையில் அழைத்துச் செல்லப்படுவதை அவர் காண நேர்ந்தது. இன்குலாப் ஜிந்தாபாத் என்று முழக்கமிட்டபடி அவர்கள் நடந்துகொண்டிருந்தனர்.

அப்போது எனக்கு ஐந்து வயது. அவர்கள் யார் என்று கேட்டபோது, அவர்கள் காங்கிரஸ்காரர்கள்; நம் சுதந்தரத்துக்காகப் போராடிக் கொண்டிருப்பவர்கள் என்றார் அம்மா. அப்படியானால் நாம் சுதந்தரமாக இல்லையா என்று கேட்டபோது, இல்லை நாம் பிரிட்டிஷாரின் அடிமைகள் என்றார் அம்மா. நாம் ஏன்

அடிமைகளாக இருக்க வேண்டும் என்னும் என் கேள்விக்கு அம்மா எளிமையாகச் சில விளக்கங்களை அளித்தார்.

இத்தனைக்கும் 1930களில் இருந்ததைப் போலன்றி நாற்பதுகளில் இந்திய மண்ணில் பிரிட்டிஷாரின் எண்ணிக்கை குறைவாகவே இருந்தது. 1942ஆம் ஆண்டு வெள்ளையனே வெளியேறு இயக்கம் நடைபெற்றுக்கொண்டிருந்தபோது, ரொமிலா புனித மேரி உயர்நிலைப் பள்ளியில் படித்துக்கொண்டிருந்தார்.

பிரிட்டிஷ் அரசு காந்தியைத் தொடர்ச்சியாகக் கைது செய்து கொண்டே இருந்தது. பூனாவிலுள்ள ஏரவாடா சிறைச் சாலையில்தான் அவரை வைத்திருந்தார்கள். சிறையில் இல்லாத போது டாக்டர் மேத்தா இயற்கை மருத்துவமனையில் காந்தி தங்கியிருந்தார். அங்கே அவர் பிரார்த்தனைக் கூட்டங்கள் நடத்துவது வழக்கம்.

காந்தியின் நிழல்

ஏரவாடா சிறையில் காந்திக்குச் சிகிச்சையளிக்க சில ராணுவ மருத்துவர்கள் நியமிக்கப்பட்டிருந்தனர். ரொமிலாவின் தந்தைக்கு அந்த வாய்ப்பு கிடைக்கவில்லை என்றாலும் காந்தியின் உண்ணாவிரதம், அவர் உடல்நிலை ஆகியவற்றைக் குறித்து மற்ற மருத்துவர்களோடு சேர்ந்து அவர் விவாதித்து வந்தார்.

வீட்டிலும் வெளியிலும் காந்தி தொடர்ந்து விவாதங்களில் இருந்துகொண்டே இருந்தார். காந்தியின் கைது, அவர் நடத்தும் கூட்டங்கள், அவருடைய பத்திரிகை எழுத்துகள், உரைகள் அனைத்தும் உணர்ச்சிபூர்வமாகவும் அறிவுப்பூர்வமாகவும் விவாதிக்கப்பட்டன.

காந்தியின் பிரார்த்தனைக் கூட்டங்கள் ஆரம்பமாவதற்குள் நாங்கள் பள்ளியிலிருந்து அவசர அவசரமாக வீட்டுக்கு ஓடிவந்து தயாராகிவிடுவோம். பிறகு எல்லோரும் இணைந்து கூட்டங் களுக்குச் செல்வோம்.

நீ இப்படியெல்லாம் அடிக்கடி போகக் கூடாது. உன்னால் என் வேலைக்கு ஆபத்து நேர்ந்துவிடும் என்று அப்பா எச்சரிப்பார். நீ குழந்தை என்பதால் உன்னை எதுவும் சொல்ல மாட்டார்கள். என்னைதான் கடிந்துகொள்வார்கள். ரொமிலா மனதுக்குள் நினைத்துக்கொள்வார். அப்பா, நீங்களோ இவ்வளவு பெரியவர். உங்களை யார் என்ன செய்துவிட முடியும்?

தினம் தினம் போகிறோம். ஒரு நாள் காந்தியிடம் கையெழுத்து வாங்கினால் என்ன? அடுத்தமுறை செல்லும்போது வாங்கி விடுவோம் என்று நண்பர்கள் முடிவெடுத்தனர். நான் என்னுடைய சிறிய நோட்டுப் புத்தகத்தை எடுத்துச் சென்றேன். பிரார்த்தனை முடிந்ததும் மேடையில் ஏறினேன்.

காந்தி அமர்ந்திருந்தார். அச்சத்தோடும் நடுக்கத்தோடும் அங்குள்ள நிர்வாகியிடம், 'எனக்கு அவர் கையெழுத்து வேண்டும்' என்று கேட்டேன். காந்தியிடம் கையெழுத்து வாங்க வேண்டுமானால் ஐந்து ரூபாய் அளிக்க வேண்டும். நான் தயாராகச் சென்றிருந்ததால் சேமித்து வைத்திருந்த ஐந்து ரூபாயை அளித்தேன்.

காந்தியை நெருங்குவதற்கு அனுமதி அளிக்கப்பட்டது. நோட்டுப் புத்தகத்தை நீட்டியதும் காந்தி கையெழுத்திட்டுக் கொடுத்தார். நான் கிளம்பும்போது என் ஆடையைப் பார்த்துவிட்டு, 'நீ பட்டு அணிந்திருக்கிறாய்' என்றார். ஆமாம் என்றேன். 'இனி இதை அணியாதே. காதி மட்டும்தான் உடுத்திக்கொள்ள வேண்டும். போய் உன் பெற்றோரிடம் காதி வாங்கித் தரச் சொல்' என்றார் காந்தி.

நிச்சயம் சொல்வேன் காந்திஜி என்று சொல்லிவிட்டு வீட்டுக்கு ஓடினேன். இனி காதிதான் அணிந்துகொள்வேன் என்று வீட்டில் அறிவித்தேன். இது குறித்து வீட்டில் விவாதங்கள் நடந்தன. போகட்டும், காதியில் ஒன்றிரண்டு சல்வார் குர்தா வாங்கிக் கொடு. சரியாக இரண்டே மாதங்களில் அவள் எல்லாவற்றையும் மறந்துவிடுவாள் என்றார் அப்பா. கடைசியில் அவர் சொன்ன படிதான் நடந்தது.

15 ஆகஸ்ட் 1947 அன்று பூனாவில் பள்ளி இறுதியாண்டில் இருந்தார் ரொமிலா. இந்தியா சுதந்தரம் பெறுவதற்கு ஒரு மாதத்துக்கு முன்பு மதர் சுப்பீரியர் என்னிடம் வந்து, பள்ளியின் தலைமை மாணவர் என்னும் வகையில் 15 ஆகஸ்ட் 1947 அன்று உனக்கு மூன்று பணிகளை ஒதுக்கியிருக்கிறேன் என்றார். முதலில் நான் ஒரு செடியை நட வேண்டும். அடுத்து, இந்திய தேசியக் கொடியை ஏற்ற வேண்டும். மூன்றாவதாக, ஒரு சிற்றுரையை ஆற்ற வேண்டும்.

கொடியேற்றுவதும் செடி நடுவதும் சுலபமானது ஆனால், உரையாற்றுவது எப்படி? எதைப் பற்றிப் பேசுவது? பல இரவுகள் உறக்கம் வராமல் தவிக்க ஆரம்பித்தார் ரொமிலா. பெற்றோர்கள், ஆசிரியர்கள் போக விழாவில் சிறப்பு விருந்தினர்களும் அல்லவா வந்திருப்பார்கள்? அவர்கள் முன்பு எப்படி மேடையேறி பேசுவது?

நீ எதைப் பற்றி அதிகம் சிந்தித்துக்கொண்டிருக்கிறாயோ, உனக்கு எதில் ஆர்வம் அதிகமோ அதைப் பற்றி ஏன் ஒன்றிரண்டு நிமிடங்கள் பேசக் கூடாது என்று வரலாற்று ஆசிரியர் ஒரு யோசனையை அளித்தார்.

அப்போது எல்லோருடைய மனதிலும் இருந்த சில கேள்விகள்தான் என்னிடமும் இருந்தன. என் சிந்தனைகளை அந்தக் கேள்விகள்தான் ஆக்கிரமித்துக்கொண்டிருந்தன. இந்தியர்களாகிய நாம் யார்? இந்தியர் என்றால் என்ன? நம் கடந்த காலம் எப்படிப்பட்டது? விடுதலை பெற்ற பிறகு நாம் என்னவாக மாறுவோம்? நாம் எப்படி நம்மைக் கட்டமைத்துக்கொள்வோம்? எப்படிப்பட்ட சமூகத்தை நாம் உருவாக்குவோம்? அவ்வாறு உருவாகும் சமூகம் எந்த வகையில் இன்றுள்ளதைவிட மாறுபட்டதாக இருக்கும்?

புதிய தேசத்தின் தேடல்தான் ரொமிலாவின் தேடலும். புதிய தேசத்துக்கு இருந்த அடையாளத் தேடல்தான் ரொமிலாவின் தேடலாகவும் இருந்தது. அன்று மேடையேறியபோது இந்தக் கேள்விகள் என்னோடு நிரந்தரமாகத் தங்கிவிடப் போகின்றன என்று நான் நினைக்கவில்லை என்கிறார் ரொமிலா. ஆனால், இன்றும் நான் இந்தக் கேள்விகளைத்தான் அவ்வப்போது எனக்குள் எழுப்பிக்கொண்டே இருக்கிறேன். என் பொது வாழ்க்கை முழுக்க இந்தக் கேள்விகளைத்தான் நான் சிந்தித்துக்கொண்டிருக்கிறேன். இந்தக் கேள்விகள்தான் என் ஆய்வுகளை வழிநடத்திக் கொண்டிருக்கின்றன என்கிறார் ரொமிலா.

4. அடையாளமும் அதற்கு அப்பாலும்

ஒருமுறை நேருவைச் சந்திக்க மாணவர்கள் குழு அனுமதி கேட்டு கடிதம் எழுதி இருந்தது. நேரு அவர்களைச் சந்திக்க வருமாறு பதில் அனுப்பினார். நேருவைக் காண உற்சாகத்தோடு கிளம்பிச் சென்ற மாணவர்களில் ரொமிலாவும் ஒருவர். நம்பவே முடியாதபடிக்கு அவர் கனிவானவராகவும் நிதானமானவராகவும் இருந்தார். எங்களோடு அமர்ந்துகொண்டு நீ என்ன செய்கிறாய், உன் கனவு என்ன என்றெல்லாம் எங்கள் ஒவ்வொருவருடனும் அவர் அரட்டை அடித்தார்.

பத்தாண்டுகள் கழித்து அசோகர் பற்றிய எனது முதல் புத்தகம் வெளிவந்தபோது யாரோ அவருக்கு அதைக் கவனப்படுத்தி இருக்கிறார்கள். ஓர் இளம் வரலாற்றாசிரியர் அசோகர் பற்றிய மாறுபட்ட பார்வையை அளித்திருக்கிறார் என்றும் சொல்லி இருக்கிறார்கள். நேருவுக்குப் பிடித்த நாயகர்களில் அசோகரும் ஒருவர் என்பதால் அந்தப் புத்தகத்தைப் படிக்க விரும்புவதாக அவர் சொல்லியிருக்கிறார். இது தெரிந்ததும் நான் என் புத்தகத்தை நேருவுக்கு அனுப்பி வைத்தேன். 'நன்றி, நேரம் கிடைத்ததும் நிச்சயம் படிக்கிறேன்' என்று அவரிடமிருந்து பதில் வந்தது.

பிரிவினை பற்றி எனக்கு அதிகம் தெரியாது என்கிறார் ரொமிலா. அப்போது நான் பள்ளியிலேயே தங்கிப் படித்துக்கொண்டிருந்தேன். கடவுளே, யாரும் செய்தித்தாள் பக்கம் போய்விடாதீர்கள் என்று பள்ளியிலுள்ள கன்னியாஸ்திரிகள் எங்களுக்கு அறிவுறுத்திக் கொண்டிருந்தார்கள்.

எங்கள் பள்ளியில் இந்தியர்கள் போக, பிரிட்டிஷ் அதிகாரிகளின் குழந்தைகள், ஆங்கிலோ இந்தியர்கள் போன்றோரும் இருந்தனர். நண்பர்களிடமிருந்து பிரிவினை குறித்த செய்திகள் எங்களை வந்தடைந்தன. அம்மாவும் டெல்லியிலிருந்து கடிதம் எழுதுவார். இரண்டு, மூன்று வாரங்களில் எல்லாம் சரியாகிவிடும் என்றுதான் அப்போது பலரும் நினைத்தனர். ஆனால், அவ்வாறு நடைபெறவில்லை. அப்போது என்னவெல்லாம் நடந்தது என்று பின்னர் அறிய நேர்ந்தபோது அதிர்ந்து போனேன்.

புதிய இந்தியா இப்படியா தொடங்க வேண்டும்? அடையாளத் தேடல் பிளவுகளையா கொண்டுவந்து சேர்க்க வேண்டும்? எங்கே தவறு நேர்ந்திருக்கிறது? ஏன் இந்தியர்களால் இந்தியர்களாக ஒன்றிணைய முடியவில்லை? எப்படி இந்தியர்களால் சக இந்தியர்களை வெறுக்க முடிகிறது? மனிதர்களை விட்டுவிட்டு தேசியவாதம் ஏன் மதத்தோடு உறவு கொண்டிருக்கிறது?

மதம் ஏன் இவ்வாறு வெளிப்பட வேண்டும்? மதத்துக்கு இப்படியொரு முகம் ஏன் இருக்க வேண்டும்? ஒரு மதம் இன்னொன்றோடு ஏன் மோத வேண்டும்? ஒன்று இன்னொன்றை ஏன் அழிக்கத் துடிக்க வேண்டும்? புதிய இந்தியாவும் இப்படித்தான் இருக்கும் என்றால் என்னதான் மாறியிருக்கிறது? இதற்காகவா நாம் போராடினோம்?

பிரிவினையைத் தொடர்ந்து முஸ்லிம் லீகின் வகுப்புவாதம் குறித்துப் பலவிதமான காட்டமான விமரிசனங்கள் எழுந்தன. ஆனால், அதே அளவுக்கு இந்து வகுப்புவாதம் குறித்து அதிகம் விவாதித்ததாகத் தெரியவில்லை என்கிறார் ரொமிலா.

காந்தி சுட்டுக் கொல்லப்பட்டபோது என் வயது 17. இயல்பான ஒரு தினம் அது. திடீரென்று வானொலியில் அறிவிப்பு வந்ததும் பரபரப்போடு ஒருவரையொருவர் அழைத்து, இது உண்மையா, இப்படியும் நடக்குமா என்று பலரும் விசாரித்துக் கொண்டிருந்தார்கள். அச்சமூட்டும் ஒரு கேள்வியும் எழுந்தது. இதைச் செய்தவர் யார், அவர் எந்த மதத்தைச் சேர்ந்தவர்? நாதுராம்

கோட்சே என்பது தெரியவந்ததும், அப்படியானால் வகுப்புவாதக் கலவரம் இருக்காது என்றொரு சிறு நிம்மதி ரொமிலாவுக்குப் பிறந்தது.

வாசிப்பும் தாக்கமும்

கதைகள் கேட்கும் நிலையிலிருந்து கதைகள் படிக்கும் நிலைக்கு இப்போது வந்திருந்தார் ரொமிலா. பெரும்பாலும் பிரிட்டிஷ் நாவலாசிரியர்களையே அப்போது அதிகம் நாடிச் சென்றேன். சார்லஸ் டிக்கன்ஸ், எமிலி புராண்ட்டி, ஜேன் ஆஸ்டன், கிப்ளிங் ஆகியோரை வாசித்தேன். பதின்ம வயதில் எங்களுக்குள் நிறைய காதல் கதைகள் பகிர்ந்துகொண்டு படித்தோம். ஜேன் அயர் எனக்கு மிகவும் பிடித்திருந்தது. டிக்கன்ஸ் ஒரு கட்டம் வரை பிடித்திருந்தது என்கிறார் ரொமிலா.

எங்கள் பாடத்தில் இடம்பெற்றிருந்த பிரேம்சந்த் என்னை மிகவும் கவர்ந்தார். முதலில் ஆங்கிலத்திலும் இந்தி கற்றுக்கொண்ட பிறகு நேரடியாகவும் அவர் கதைகளைப் பின்னர் வாசித்தேன்.

இந்திய மொழிகளில் எனக்கு முதலில் தெரிந்த மொழி, உருது. அம்மாதான் எனக்கு உருது கற்றுக்கொடுத்தார். அம்மா வழி பாட்டிக்குக் கடிதம் எழுதுவதற்காக உருது கற்றுக்கொண்டேன். என் ஆங்கிலம் நன்றாக இருக்காது. நான் எழுதும் ஆங்கிலம் பாட்டிக்கும் புரியாது. எனவே உருது எழுத்துருவைக் கொண்டு பஞ்சாபி மொழியில் பாட்டிக்குக் கடிதம் எழுதுவேன். பள்ளிக் காலத்தில் எனக்கு சமஸ்கிருதம் தெரியாது என்பதால் மொழி பெயர்ப்பு மூலமே சமஸ்கிருத இலக்கியம் வாசித்தேன்.

பிரெஞ்சு, ரஷ்ய இலக்கியம். ஐரோப்பிய செவ்வியல் இசை, பக்தி இலக்கியம், இந்துஸ்தானி இசை ஆகியவற்றின்மீதும் அவர் ஈடுபாடு படர்ந்தது.

வரலாற்றின்மீதும்தான். ஆனால், அதைத் தனியே குறிப்பிட முடியுமா என்று தெரியவில்லை. பள்ளிக்கூடத்தில் ஏற்பட்ட வரலாற்று ஆர்வம்தான் இப்போதுவரை என்னைப் பற்றிக் கொண்டிருக்கிறது என்று சொல்ல மாட்டேன். இலக்கியத்தையும் தாவரவியலையும் எப்படி ஆர்வத்தோடு கற்றேனோ அதே ஆர்வத்தோடுதான் வரலாற்றையும் அணுகினேன் என்கிறார் ரொமிலா. இந்தியா என்றால் என்னவென்ற கேள்விக்கு நவீன வரலாற்றைவிடப் பழமையான வரலாற்றில் ஏதேனும் விடைகள் இருக்கக்கூடும் என்று அப்போது நான் நினைத்தேன்.

பாடத்திட்டத்தைக் கடந்து வரலாற்றை அவர் வாசிக்கத் தொடங்கியது மற்றொரு தருணத்தில்தான். ரொமிலாவின் தந்தை ஒரு வேலையாகச் சென்னை வந்திருந்தபோது, ஒரு மதிய நேரத்தில் சென்னை அருங்காட்சியகம் சென்று பார்வையிட்டார். கலை ஆர்வமெல்லாம் இல்லை. ஓய்வு நேரத்தைக் கழிக்க எங்கே போவது என்று ஒரு நண்பரிடம் கேட்டபோது, அவர் அருங்காட்சியகத்தைப் பரிந்துரைத்திருக்கிறார். அங்கே என்ன செய்வதாம் என்று குழப்பத்தோடுதான் வந்திருக்கிறார்.

தென்னிந்திய வெண்கலச் சிற்பங்கள் இருக்கும் இடத்துக்கு நேராகச் சென்றார் என் தந்தை. சோழர் காலச் சிற்பங்கள் அவர் மனதைக் கொள்ளைகொண்டன. இதைப் பற்றியெல்லாம் ஏன் எனக்கு யாருமே சொல்லவில்லை என்று அவருக்கு ஒரே குறை.

வீடு திரும்பியதும் பல்வேறு புத்தகங்களை வாங்கி வைத்துக் கொண்டு பயில ஆரம்பித்தார். இரண்டு வாரங்கள் கழித்து ஒரு நாள் எங்களிடம், நான் சில புத்தகங்களைப் படித்துக்கொண்டிருக் கிறேன். அவற்றைப் பற்றி பேச வேண்டும். உங்களில் யார் தயார் என்றார். என்னால் முடியாது என்று அம்மா சொல்லிவிட்டார். உடனே அப்பா என்னிடம் திரும்பி, நீ இப்போது விடுப்பில்தானே இருக்கிறாய், வா என்றார்.

ரொமிலாவால் மறுக்க முடியவில்லை. அப்பாவுடன் இணைந்து சில புத்தகங்களைப் படிக்க ஆரம்பித்தார். அப்பாவின் விவாதங்களிலும் பங்கேற்றார். மெல்ல மெல்ல வரலாறு அவரை ஈர்க்க ஆரம்பித்தது. வாசிப்போடு அப்பாவின் ஆர்வம் அடங்கிவிட வில்லை. சில ஆண்டுகளுக்குப் பிறகு வெண்கலச் சிற்பம் பற்றி ஒரு சிறு அறிமுக நூலை அவர் எழுதினார்.

வரலாறு அழைக்கிறது

வரலாறு தனிப் பெரும் ஆர்வமாக இப்போது ரொமிலாவுக்கு மாறிக்கொண்டிருந்தது. லண்டனுக்குச் சென்று ஒரு நல்ல பல்கலைக்கழகத்தில் சேர்ந்து வரலாறு பயில்வதற்கு முன்வந்தார் ரொமிலா. பெற்றோரின் ஆதரவும் அவருக்குக் கிடைத்தது. வெளிநாட்டுக்குப் போகும் பெண்கள் படிப்பு முடிந்ததும் ஊர் திரும்பி திருமணம் செய்துகொண்டு இயல்பாக வாழ ஆரம்பிப்பதை அவர்கள் பார்த்திருக்கின்றனர். நானும் அப்படி ஒரு வாழ்வையே தேர்ந்தெடுப்பேன் என்று அவர்கள் நினைத்திருக்கக்கூடும். தவிரவும், வெளிநாட்டில் படித்த பெண்ணுக்குத் திருமண வாய்ப்புகள் பெருகுவதற்கே வாய்ப்பு அதிகம் இல்லையா?

ரொமிலாவின் திட்டம் அதுவல்ல என்று தெரிந்ததும் அவர் அப்பா இரண்டு வாய்ப்புகளை அளித்தார். உன் திருமணத்துக்காக ஒரு சிறு தொகை சேர்த்து வைத்திருக்கிறேன். அதை மேல் படிப்புக்குப் பயன்படுத்த வேண்டுமா அல்லது வரதட்சணைக்கா என்பதை நீயே முடிவு செய்துகொள் என்றார் அவர்.

வரதட்சணை இன்றி திருமணம் நடத்தி முடிப்பது கடினமானது என்பது என் தந்தையின் நிலைப்பாடு. இது எனக்குக் கோபத்தை ஏற்படுத்தியது. அதே நேரம் என் எதிர்காலத்தைத் தீர்மானிக்கும் முடிவை அவர் என்னிடமே விட்டது மகிழ்ச்சியளித்தது.

முதலில் ஆக்ஸ்ஃபோர்ட் பல்கலைக்கழகத்துக்குதான் விண்ணப்பித்தார் ரொமிலா. நுழைவுத் தேர்வும் எழுதினார். ஆனால், தேர்ச்சி பெறமுடியவில்லை. பல ஆண்டுகளுக்குப் பிறகு ஆக்ஸ்ஃபோர்ட் எனக்கு மதிப்புறு முனைவர் பட்டம் வழங்கியது. ஒரு மாணவராக என்னை நிராகரித்த பல்கலைக்கழகம் ஓர் ஆய்வாளராக என்னை வரவேற்று அதன் உயரிய விருதை அளித்தது என் வாழ்நாளில் ஒரு முக்கியமான தருணம் என்கிறார் ரொமிலா.

ஆக்ஸ்ஃபோர்டில் இடம் மறுக்கப்பட்டதைத் தொடர்ந்து 'தி ஸ்கூல் ஆஃப் ஓரியண்டல் அண்ட் ஆப்பிரிக்கன் ஸ்டடீஸ்' (எஸ்ஓஏஎஸ்) பல்கலைக்கழகத்தில் விண்ணப்பித்தார். பண்டைய இந்திய வரலாறு என்றொரு துறை அங்கே இயங்கிவந்தது. அவர்கள் மறுக்கவில்லை என்றாலும் வேறொரு நிபந்தனையை விதித்தனர். இந்தியாவிலேயே ஏதேனும் ஒரு கல்லூரியில் முதலில் இளங்கலைப் பட்டம் முடித்த பிறகு வந்தால் நிச்சயம் வாய்ப்பு அளிக்கப்படும் என்றார்கள்.

டெல்லியில் உள்ள மிராண்டா ஹவுஸ் கல்லூரியில் சேர்ந்தார். அப்போதெல்லாம் 90 சதவிகிதத்துக்கு மேல் எடுத்தால்தான் அனுமதி போன்ற விதிமுறைகள் எல்லாம் இல்லை. ஒரு புதிய மாணவி கிடைத்ததும் அவர்கள் உற்சாகத்தோடு ஏற்றுக் கொண்டார்கள் என்கிறார் ரொமிலா.

மிராண்டா ஹவுஸ் அவருக்கு மிகவும் பிடித்திருந்தது. பேச்சுப் போட்டி, நாடகம் என்று பலவற்றில் கலந்துகொண்டு பரிசுகளைக் குவித்தார். பொழுதுபோக்கில் இருந்த ஆர்வம் படிப்பில் இல்லை. இதைக் கண்டுகொண்ட வரலாற்றாசிரியர் ஒருவர் ரொமிலாவை அழைத்து, நீ ஏன் வரலாற்றில் கூடுதல் ஈடுபாட்டை வளர்த்துக் கொள்ளக் கூடாது? கவனத்தோடு படித்தால் நிச்சயம் நீ எல்லாப்

பாடங்களிலும் தேர்ச்சி பெறுவாய் என்று அறிவுரை வழங்கினார். அவர் சொன்னபடி நான்கு மாதங்கள் முயன்று பார்த்துவிட்டு முடியாதென்று உணர்ந்து அங்கிருந்து வெளியேறினார் ரொமிலா.

பஞ்சாப் பல்கலைக்கழகத்தில் (பார்கவா முனிசிபல் கல்லூரி) இலக்கியம் இளங்கலை பட்டப்படிப்பில் சேர்ந்தார். ஐரோப்பிய இலக்கியத்தை விரிவாக வாசிக்க முடிந்தது. எல்லோரையும்போல் கவிதை எழுதினார். இன்றுவரை நீடிக்கிறது இலக்கியத்துடனான அவர் உறவு.

5. விரியும் உலகம்

பட்டம் பெற்றதும் 1950களில் லண்டன் வந்து சேர்ந்தார். இந்தியாவைக் காலனி நாடாக வைத்திருந்த இங்கிலாந்துக்கு வந்திருக்கிறோமே, இங்குள்ள மக்கள் எப்படி இருப்பார்களோ என்னும் தயக்கம் ரொமிலாவுக்கு இருந்தது உண்மை. ஆனால், இங்கிலாந்து வாழ்க்கை எதிர்பாரா வகையில் இனிமையானதாக இருந்தது. இந்தியாவில் அவர் கண்டதைப் போல் கடுமையான வர்களாக பிரிட்டிஷார் இருக்கவில்லை. உனக்கு இங்கே என்ன வேலை? உன் நாட்டுக்கே திரும்பிப் போ என்று எப்போதாவது பேருந்தில் ஒரு குடிகாரர் என்னிடம் உளறுவார். உடனே ஓட்டுநர் விரைந்துவந்து, அவரைப் பொருட்படுத்தாதீர்கள், நாங்கள் இருக்கிறோம் என்று ஆறுதல் சொல்வார். நிலம், தேசம், மொழி, பண்பாடு என்று எந்த அடையாளத்துக்குள்ளும் மனிதர்களைச் சுலபமாகத் திணிக்கமுடிவதில்லை.

வரலாற்றின் நுழைவாயில்

எஸ்ஓஏஎஸ் பண்டைய இந்திய வரலாற்றுத் துறையில் இடம் கிடைத்தது. தென்காசிய வரலாறு ஒரு முக்கியமான துறையாக,

காலனியப் பார்வையிலிருந்து விலகி தனித்து நிற்கும் ஒரு துறையாக அப்போது வளர்ந்துகொண்டிருந்தது.

ரொமிலாவின் வாழ்நாளுக்கான தேடல் அங்கே முறைப்படி தொடங்கியது. வரலாறு என்றால் என்ன? வரலாற்றியல் எப்படி இயங்குகிறது? கடந்த காலங்களை நாம் எவ்வாறு புரிந்து கொள்கிறோம்? இந்தியாவின் கடந்த காலங்களைப் புரிந்துகொள்ள நம்மிடம் எத்தகைய தரவுகள் இருக்கின்றன? இந்தத் தரவுகளை எப்படி ஆய்வு செய்வது? அதற்கு ஒரு வரலாற்றாசிரியர் எத்தகைய தகுதியைப் பெற்றிருக்க வேண்டும்?

இதுவரை நாம் படித்துக்கொண்டிருக்கும் வரலாற்று நூல்கள் யாரால் எழுதப்பட்டவை? எந்த நோக்கத்துக்காக அவை எழுதப்பட்டிருக்கின்றன? அவை யாருக்கானவை? காலனிய ஆட்சியாளர்கள் வருவதற்கு முன்பு பண்டைய இந்தியாவை இந்தியர்கள் எப்படிப் புரிந்து வைத்திருந்தனர்? காலனியாதிக்கம் தொடங்கிய பிறகு இந்தப் புரிதலில் எத்தகைய மாற்றம் ஏற்பட்டது? காலனிய அதிகாரிகளின் வரலாறுகளை நாம் முழுக்க ஒதுக்கித்தள்ள வேண்டுமா அல்லது அவற்றிடமிருந்து பெற்றுக் கொள்ள நமக்கு ஏதாவது இருக்கிறதா?

காலனியப் பதிவுகளைப் புறந்தள்ளிய இந்தியத் தேசியவாதிகள் புத்தார்வத்தோடு புதிய வரலாற்றைப் படைக்க ஆரம்பித்தனர். பண்டைய இந்தியா குறித்து புதிய வரலாறுகள் எழுதப்பட ஆரம்பித்தன. இவற்றின் நோக்கம் என்ன? இவை எத்தகைய ஆய்வுப் பார்வையைக் கொண்டிருந்தன? இந்தப் புதிய ஆய்வுகள் குறைகளற்றவையா?

இந்திய வரலாறு என்பது அடிப்படையில் இந்து மத வரலாறு என்பதாக ஒரு புரிதல் பரவலாக நிலவுகிறது. இது உண்மையா? இஸ்லாமும் கிறிஸ்தவமும் அறிமுகமாவதற்கு முன்பு இந்தியா இந்து இந்தியாவாக இருந்ததா? எனில், இந்தியாவின் தொடக்கத்தைப் புரிந்துகொள்ள இந்து மத நூல்கள் மட்டும் நமக்குப் போதுமானவையா? இந்தியப் பண்பாடு என்பது இந்து பண்பாடா? இந்திய மரபு என்று எதனை அழைப்பது?

பாடப் புத்தகங்கள் கடந்து படிக்கவும் விவாதங்களிலும் தேடல்களிலும் ஈடுபடவும் ரொமிலாவை ஊக்குவித்தார் புகழ் பெற்ற பிரிட்டிஷ் வரலாற்றாசிரியர் ஏ.எல். பாஷம். படிப்போடு நிறுத்தாதே, உனக்குத் தெரிந்ததை அவ்வப்போது எழுதி

எடுத்துக்கொண்டு வா. அதைப் பற்றியும் நாம் விவாதிப்போம் என்று தொடர்ந்து ஊக்கப்படுத்திக்கொண்டே இருந்தார். சுயமாகச் சிந்திக்குமாறும் என்னைத் தூண்டினார்.

ஒரு பேராசிரியராக வகுப்பில் பாடம் எடுப்பதோடு பாஷம் தன் கடமையை முடித்துக்கொண்டிருக்கலாம். ஆனால், அவர் அவ்வாறு செய்யவில்லை. வரலாறு என்பது பாடத்திட்டத்தோடு முடிந்து விடக்கூடியதல்ல. அது நீண்ட தேடல்களை உள்ளடக்கியது, முடிவற்றது என்பதை அவர் ரொமிலாவுக்குப் புரியவைத்தார்.

பாஷமின் வழிகாட்டுதலோடு அசோகர் குறித்து ஆய்வு செய்து வருவதாக ஆர்.சி. மஜூம்தாரிடம் குறிப்பிட்டபோது அவர் மகிழ்ச்சியடைந்தார். பண்டைய இந்திய வரலாற்றைத் தேசியவாதக் கண்ணோட்டத்தோடு ஆய்வு செய்துவந்த முக்கிய வரலாற்றாளர் இவர். 1960களில் அவரிடமிருந்து ரொமிலாவுக்கு ஓர் அழைப்பு வந்தது. மாணவர்களுக்கான வரலாற்றுப் பாடநூலை வடிவமைக்கும் என் சி ஈ ஆர் டி ஆலோசனைக் குழுவில் இணைந்து செயல்பட முடியுமா என்று மஜூம்தார் ரொமிலாவிடம் கேட்டிருந்தார். பல ஆண்டுகளுக்குப் பிறகு ரொமிலா தாப்பர் இதில் முழுமையாக இறங்கியதோடு இரு பாட நூல்களையும் எழுதினார்.

இந்திய வரலாற்றியலில் பெரும் திருப்புமுனையை ஏற்படுத்திய டி.டி. கோசாம்பியை லண்டனுக்கு வரவழைத்து தன் மாணவர் களுக்கு வகுப்பெடுக்க வைத்தார் பாஷம். இந்து மதம் குறித்து கோசாம்பி எடுத்த தொடர் வகுப்புகள் பெரும் தாக்கத்தை ஏற்படுத்தின. அவருடைய ஒவ்வொரு வகுப்பும் எனக்குள் ஏராளமான வெளிச்சப் பொறிகளை ஏற்படுத்தியது என்கிறார் ரொமிலா.

மதம், பண்பாடு, சடங்கு, தொன்மம் என்று எதுவொன்றிலும் கோசாம்பியின் பார்வை முற்றிலும் வேறுபட்டிருந்தது. முற்றிலும் புதிதாக இருந்தது. விரிவாகவும் ஆழமாகவும் கற்றிருந்தார் என்றாலும் எல்லா வகைகளிலும் அவர் தனித்துவமிக்க ஓர் ஆளுமையாக உயர்ந்து நின்றார். கோசம்பியோடு தொடர்ச்சியாக உரையாடும் அளவுக்கு நெருங்கிவிட்ட பிறகும் அவர்மீதான வியப்பு ரொமிலாவுக்கு இறுதிவரை மறையவேயில்லை.

ரொமிலா தாப்பரின் ஆய்வு முறையியலில் கோசாம்பியின் செல்வாக்கை ஒருவர் கண்டுகொள்ள முடியும். தரவுகள் என்றால் என்ன, அவற்றை எப்படி ஆராய வேண்டும், ஒரு வரலாற்றாசிரியருக்கு மொழியறிவு எந்த அளவுக்கு அவசியம்

ஆகியவற்றையெல்லாம் கோசாம்பியிடமிருந்து பெற்றுக் கொண்டார் ரொமிலா. முக்கியமாக, ஒரு வரலாற்றாசிரியர் பிரதிகளுக்குள் முடங்கிவிடக் கூடாது. கள ஆய்வுதான் முதுகெலும்பு என்று வலியுறுத்தினார் கோசாம்பி.

ஒரு மாணவராக லண்டன் வாழ்க்கை இனிமையானதாக இருந்தது. பெரும்பாலான பணியிடங்களில் தொழிலாளர்களாக இந்தியர்கள் இருந்ததை ரொமிலா கவனிக்கத் தவறவில்லை. ஒரு கட்டத்தில் லேபர் கட்சிக்காக நண்பர்களுடன் இணைந்து சிறிது காலம் பரப்புரையிலும் அவர் ஈடுபட்டார்.

விரும்பிய எதையும் லண்டனில் படிக்க முடிந்தது. சீனக் கலை வகுப்பிலும் தொல்லியல் வகுப்பிலும் இணைந்து பயின்றார் ரொமிலா. ஆனால், தொல்லியலைப் பொருத்தவரை டெல்லி திரும்பிய பிறகு பி.கே. தாப்பர் வழிகாட்டுதலோடு நேரடியாகக் களத்துக்குச் சென்று கற்றுக்கொண்டதுதான் என் பணிக்கு இன்றளவும் பயன்படுகிறது என்கிறார் ரொமிலா.

வடக்கு ராஜஸ்தான் பகுதியில் உள்ள காலிபங்கன் என்னும் ஹரப்பன் நகரில் ஒவ்வோர் ஆண்டும் மூன்று மாதங்களுக்கு நடைபெறும் அகழ்வாய்வுப் பணிகளில் மூன்றாண்டுகள் கலந்துகொண்டார் ரொமிலா. வரலாறு உயிர்பெற்று எழுவதை அங்கே கண்டார். ஒரு பழங்காலப் பானையை முதல் முறையாகக் கையில் சுமந்து பார்த்த அனுபவத்தை என்னால் ஒருபோதும் மறக்க முடியாது. நான்காயிரம் ஆண்டுகளுக்கு முன்பு வாழ்ந்த ஒருவர் தன் கரங்களில் ஏந்தியிருந்த பானை அல்லவா அது?

●

இளங்கலைப் பட்டம் பெற்ற பிறகும் லண்டனைவிட்டுப் பிரிய மனமில்லை ரொமிலாவுக்கு. லண்டனிலேயே பணியாற்றினால் என்ன? செய்யலாம் ஆனால், என்ன வேலைக்குப் போவது? இதழியலில் நுழைந்து பார்க்கலாமா என்று ஆசை பிறக்க, ஏற்கெனவே அத்துறையில் இருந்த தன் சகோதரருக்கு எழுதினார். இல்லை, பத்திரிகைப் பணி உனக்குச் சரிவராது என்று பதில் வந்தது.

படிப்பு முடிந்த பிறகும் கிளம்பும் வழியைக் காணோமே என்று கவலைப்பட ஆரம்பித்துவிட்ட பெற்றோர், சிக்கிரம் திரும்பி வா உனக்கு மாப்பிள்ளை பார்க்க வேண்டும் என்று நினைவூட்டி எழுதினார். கவலைப்படாதீர்கள், அதை நான் பார்த்துக்கொள்கிறேன் என்று பதில் அனுப்பினார் ரொமிலா.

வரலாற்றைத் தேர்வு செய்தது என்னவோ ரொமிலாதான் என்றாலும் அப்பாவும் அம்மாவும்கூட அவரைப் போலவே அத்துறை மீது ஆர்வம் செலுத்த ஆரம்பித்திருந்தனர். நான் பண்டைய இந்தியாவை ஆய்வு செய்துவந்ததை அறிந்ததும் தனக்கு அது பற்றி எதுவுமே தெரியாமல் இருப்பது தவறு என்று நினைத்து பாஷமின் புத்தகத்தை என் அப்பா நேரம் கிடைக்கும்போதெல்லாம் படித்துவந்தது மகிழ்ச்சியளித்தது.

அப்பா என்ன செய்தாலும் அம்மாவும் அதில் ஆர்வம் காட்டுவார். தன் கணவரின் மரணத்திற்குப் பிறகு அவர் என்னுடன் வந்து தங்கினார். அப்போது என் பணிகளின்மீது அவர் ஆர்வம் திரும்பியது. வரலாறு முக்கியம் என்பதற்காக அல்ல, தன் மகள் ஏன் அதனை முக்கியமாகக் கருதுகிறாள் என்பதைத் தெரிந்துகொள்வதற் காகவே அவரும் என் ஆய்வில் அக்கறை செலுத்தினார்.

நான் லண்டனில் படித்துக்கொண்டிருந்தபோது அம்மா அடிப்படை சமஸ்கிருதத்தைக் கற்றுக்கொள்ள ஆரம்பித்திருந்தார். எதற்காக நீங்கள் இதைச் செய்கிறீர்கள் என்று நான் கேட்டபோது பண்டைய இந்தியாவைத் தெரிந்துகொள்ள சமஸ்கிருதம் முக்கியம் என்று நீதானே சொன்னாய் என்று பதில் வந்தது.

இதற்கிடையில் ரொமிலாவின் சிக்கலை பாஷமே தீர்த்து வைத்தார். லண்டன் பல்கலைக்கழகத்தில் முனைவர் ஆய்வுக்கான விண்ணப்பங்கள் அளித்துக்கொண்டிருக்கிறார்கள். நீ ஏன் அதைப் பயன்படுத்திக்கொள்ளக் கூடாது என்றார் பாஷம். ரொமிலா விண்ணப்பித்தார். அழைத்து ஒரு மணி நேரம் துளைத்தெடுத்த பிறகு ரொமிலாவுக்கு அனுமதி அளிக்கப்பட்டது.

என் வாழ்க்கை எத்திசையில் செல்லவிருக்கிறது என்னும் கேள்விக்கு அன்றுதான் முறையான ஒரு விடை கிடைத்தது. இதுவா, அதுவா என்னும் குழப்பம் விலகியது. கல்விப்புலம் சார்ந்துதான் என் ஆய்வும் பணியும் இருக்கும். வரலாறுதான் இனி என் எதிர்காலம் என்று ஒருமனதாக முடிவெடுத்தார் ரொமிலா.

பாஷமின் வழிகாட்டுதலில் ரொமிலா தாப்பரின் முதல் ஆய்வேடு, 'அசோகரும் மௌரியரின் சரிவும்' 1961ஆம் ஆண்டு நூல் வடிவில் வெளிவந்தது. ஒரு தேர்ந்த வரலாற்றாசிரியராக ரொமிலாவை அடையாளப்படுத்திய இந்நூல் இன்றுவரை அச்சில் இருப்பதோடு, அசோகர் குறித்து அதன்பின் மேற்கொள்ளப்பட்ட அனைத்து ஆய்வுகளுக்கும் முன்னோடியாகவும் திகழ்கிறது.

உங்களால் தாற்காலிகமாக மாணவர்களுக்கு வகுப்பெடுக்க முடியுமா என்று எஸ்ஓஏஎஸ் கேட்டுக்கொண்டதன் அடிப்படையில் முனைவர் பட்டம் பெற்ற பிறகும் ரொமிலா சிறிது காலம் லண்டனில் தங்கியிருக்க நேரிட்டது.

வரலாறும் வாழ்வும்

1961ஆம் ஆண்டு இந்தியா திரும்பினார். ஹரியானாவிலுள்ள குருஷேத்ரா பல்கலைக்கழகத்தில் நியமனம் கிடைத்தது. போகாதே, ஒரேயொரு கட்டடம் மட்டும்தான் இருக்கிறது, மாணவர்கள்கூட அதிக அளவில் இருக்க மாட்டார்கள் என்னும் நண்பர்களின் எச்சரிக்கையை மீறி ஹரியானா சென்றார் ரொமிலா. காட்டில் விட்டதைப்போல் இருந்தது. ஆனால், அதுவல்ல சிக்கல். இந்திய வரலாறு முதல் பாகம் எழுதுவதற்கு பெங்குயினோடு அப்போதுதான் ஓர் ஒப்பந்தம் போட்டிருந்தார் ரொமிலா. அங்கோ நூலகம் என்னும் பேச்சுக்கே இடமில்லை. ஒவ்வொரு வார இறுதியிலும் டெல்லிக்கு வந்து நூலகங்களுக்குச் சென்று புத்தகங்களை எடுத்துக்கொண்டு மீண்டும் ஹரியானா திரும்பி பணியாற்ற வேண்டியிருந்தது. ஒன்றரை ஆண்டுகள் முயன்று பார்த்தார்.

டெல்லி பல்கலைக்கழகத்தில் வரலாற்றுத் துறையில் இடம் கிடைத்ததும் இணைந்துகொண்டார். அங்கே வேறொரு சிக்கலை அவர் எதிர்கொள்ள வேண்டியிருந்தது. ஒரு சிலரைத் தவிர மற்ற பேராசிரியர்களெல்லாம் வரலாற்றின்மீது ஈடுபாடு சிறிதும் இன்றிதான் வகுப்புகள் எடுத்துக்கொண்டிருந்தனர். வகுப்பெடுப்ப வர்களே இப்படி இருக்கும்போது, மாணவர்களின் நிலையைச் சொல்ல வேண்டுமா என்ன?

வரலாறு என்பது மனச்சோர்வு அளிக்கும் துறையல்ல. அதைக் கற்பிப்பதற்கென்று ஒரு முறையியல் இருக்கிறது என்று தனது லண்டன் அனுபவங்களின் அடிப்படையில் வாதாடிப் பார்த்தார் ரொமிலா. வரலாற்றை நாம் புதுவிதமாக அணுகுவோம். அவர், அவருக்குப் பின் இவர், அதன்பின் இன்னொருவர் என்று வம்சாவளியை அடுக்குவதோ காலவரிசையை ஒப்பிப்பதோ வரலாறு ஆகாது. அரண்மனை அரசியலைக் கடந்து சமூகவியல், கலை, இலக்கியம், பொருளாதாரம் ஆகியவற்றையெல்லாம் அறிமுகப்படுத்துவோம். கருத்தரங்குகள் நடத்துவோம், மாணவர்களை விவாதங்களில் பங்கெடுக்க வைப்போம் என்று பல ஆலோசனைகளை வழங்கினார்.

ஜவாஹர்லால் நேரு பல்கலைக்கழகம்

பிபன் சந்திரா உள்ளிட்டவர்களோடு இணைந்து வரலாற்றுக்கான ஒரு மாற்றுப் பாடத் திட்டத்தை ரொமிலா பரிந்துரைத்தபோது, பல்கலைக்கழகம் அதனை நிராகரித்தது. இடதுசாரிகள் என்று சொல்லி எதிர்க்கவும் செய்தது.

1970ஆம் ஆண்டு ரொமிலா தாப்பர் ஜவாஹர்லால் நேரு பல்கலைக் கழகத்தில் (ஜேஎன்யு) இணைந்தார். என் வாழ்நாளில் துடிப்பான ஒரு காலகட்டம் என்றால் அது இங்கே பணியாற்றியதுதான் என்கிறார் ரொமிலா. முந்தைய இடங்களில் சாத்தியமாகாத அனைத்தையும் இங்கே அவரால் செய்து பார்க்க முடிந்தது. முற்றிலும் புதிய வடிவில் ஒரு வரலாற்று ஆய்வுத் துறை (செண்டர் ஃபார் ஹிஸ்டாரிகல் ஸ்டடீஸ்) ஜேஎன்யுவில் நிர்மாணிக்கப் பட்டது. வரலாறு பயில்வதற்கான ஒரு சிறந்த தளமாக இதனை நாங்கள் கட்டமைக்க முயற்சி செய்தோம் என்கிறார் ரொமிலா.

சர்வப்பள்ளி கோபால், பிபன் சந்திரா இருவரோடும் இணைந்து இந்தப் பெரும்பணியை மேற்கொண்டார் ? ரொமிலா தாப்பர். இந்திய அளவில் முதல்முறையாக வரலாறு ஓர் உயிர்ப்புள்ள துறையாக உயர்ந்து நின்றது. விளையாட்டுத் திடல் போல் உற்சாகமூட்டும் ஒரு களமாக வகுப்பறை மாற்றம் கண்டது. நான் மேலே, நீ கீழே என்பதாக இல்லாமல் பேராசிரியர்களும் மாணாக்கர்களும் ஒரே தளத்தில் நின்று உரையாடிக்கொண்டனர்.

தேர்வுக்கான ஒரு பாடமாக இல்லாமல் தேடலுக்கான ஒரு துறையாக வரலாறு வளர்ந்தது.

இதுதான், இப்படித்தான் என்னும் கட்டுப்பெட்டித்தனமான அணுகுமுறைகள் உடைக்கப்பட்டு, தங்குதடையின்றி எல்லாக் கோணங்களிலிருந்தும் ஒரு தலைப்பு அணுகப்பட்டது. பல நேரங்களில் காய்கறிச் சந்தையை மிஞ்சும் அளவுக்கு மாணவர் களுக்கு இடையிலும் மாணவர்களுக்கும் பேராசிரியர்களுக்கும் இடையிலும் காரசாரமான விவாதங்கள் நடைபெற்றன. மொத்தத்தில் ஒரு லிபரல் களமாக வகுப்பறை நிலவியது.

இப்படியொரு சூழல் எங்கே நிலவுகிறதோ அங்கிருந்து மட்டுமே புதிய சிந்தனைகள் உற்பத்தியாகும் என்பதில் தெளிவாக இருந்தார் ரொமிலா தாப்பர். ஏ.எல். பாஷம், டி.டி. கோசாம்பி உள்ளிட்டோரின் வழித்தடத்தில் பாடத்திட்டத்தைக் கடந்து சாத்தியமாகக்கூடிய எல்லாத் திசைகளிலும் மாணவர்களின் விவாதங்களை வளர்த்தெடுத்துச் சென்றார் ரொமிலா.

ஒரு சிறந்த வகுப்பறையில் எதுவும் மேலிருந்து திணிக்கப்படாது. எந்தவொரு கருத்து, எவரிடமிருந்து வந்தாலும் அது பாரபட்சமில்லாமல் அலசி ஆராயப்படும். தேவை எனில் ஏற்கப்படும், இல்லை எனில் நிராகரிக்கப்படும். பல்கலைக்கழகம் என்பது பாடசாலை அல்ல. ஆசிரியர் சொல்வதை மாணவர்கள் அமைதியாகக் கேட்டுக்கொண்டிருக்க வேண்டும் என்னும் நிலை வரலாறுக்கு மட்டுமல்ல, எந்தவொரு துறைக்குமே ஆரோக்கியமானதல்ல என்கிறார் ரொமிலா.

இந்திய அளவில் ஒரு முன்மாதிரியாக ஜேஎன்யூவை வளர்த்தெடுத்ததில் ரொமிலா தாப்பரின் பங்களிப்பு முக்கியமானது. நான் நிறைய கற்றுக் கொடுத்தேன் என்பதைவிட நிறைய கற்றுக்கொண்டேன் என்று சொல்வேன் என்கிறார் ரொமிலா. 1991ஆம் ஆண்டு பணிநிறைவு பெறும்வரை ரொமிலா தாப்பர் ஜேஎன்யுவில்தான் இருந்தார். அவர் பெயரும் அவர் பணியாற்றிய பல்கலைக்கழகத்தின் பெயரும் பிரிக்க முடியாதபடிக்கு இணைந்துவிட்டன.

꧁꧂

EARLY INDIA

FROM THE ORIGINS TO AD 1300

ROMILA THAPAR

இரண்டு

வரலாறு

6. இந்தியா கண்டுபிடிக்கப்பட்ட கதை

காலனி நாடான இந்தியாவின் வரலாற்றை ஆராயப் புகுந்த பிரிட்டிஷ் அதிகாரிகள் வந்தடைந்த ஒரு முக்கியமான முடிவு, இந்தியாவுக்கு வரலாறு என்றொன்று இல்லை என்பதுதான். ரொமிலா தாப்பர் தனது பணிகளின் மூலம் இந்தத் தவறான எண்ணத்தை உடைத்து நொறுக்கி ஓர் அடிப்படை உண்மையை நிறுவினார். இந்தியாவுக்கென்று ஒரு தனித்த வரலாறு இருக்கிறது. அந்த வரலாறு செழுமையானது, இன்றும் நம்மோடு உரையாடிக் கொண்டிருப்பது, நம் எதிர்காலத்தைத் தீர்மானிக்கும் ஆற்றல் பெற்றது. இந்தியர்கள் வரலாற்று உணர்வற்றவர்கள் என்பது பிழையான பார்வை. இது எப்படிச் சாத்தியமாகும்? நான் யார், எங்கிருந்து வந்தேன், என் மூதாதையர் யார், அவர்கள் எப்படி வாழ்ந்தனர் போன்ற கேள்விகளை எழுப்பாத சமூகம் எங்காவது இருந்திருக்க முடியுமா? இந்தியர்களுக்கு எப்படி வரலாறு இல்லாமல் போகும்?

•

எது இந்தியா என்பதைக் கண்டறிவதற்கு முன்னால் எதுவெல்லாம் இந்தியா அல்ல என்பதை விவரிக்கிறார் ரொமிலா.

ஐரோப்பியர்கள் எழுதி வைத்ததைப் போல் இந்தியா என்பது விளங்கிக்கொள்ள முடியாத ஒரு புதிரல்ல. வரலாற்றின் தந்தை என்று அழைக்கப்படும் ஹெரோடாடஸ் எழுதி வைத்ததைப் போல் தங்கக் கட்டிகளை இழுத்துச் செல்லும் அதிசய எறும்புகளின் நாடல்ல இந்தியா. அல்லது பண்டைய கிரேக்கப் பதிவுகள் குறிப்பிட விரும்புவதுபோல் ஆடையணியாத தத்துவஞானிகள் சுற்றித் திரியும் வனமல்ல இது. பாம்பாட்டிகளும் கழைக்கூத்தாடி களும் முனிவர்களும் ஜோசியக்காரர்களும் நிறைந்திருக்கும் மர்மப் பிரதேசமும் அல்ல இந்தியா.

நாங்கள் மட்டும் நாகரிகத்தைக் கற்றுக்கொடுக்காமல் போயிருந்தால் இன்னமும் இந்தியா இருளில்தான் மூழ்கிக் கிடந்திருக்கும் என்னும் ஐரோப்பிய காலனியாதிக்கவாதிகளின் பெருமிதம் தவறானது. இப்படியொரு மோசமான கண்ணோட்டத்திலிருந்து ஒரு நாட்டின் வரலாற்றை எப்படி ஒருவரால் புரிந்துகொள்ள முடியும்?

வரலாற்றின் மீது நமக்கு ஆர்வம் உண்டென்றால், முதலில் சில அடிப்படையான கேள்விகளை நாம் எழுப்பிக்கொள்ள வேண்டும் என்கிறார் ரொமிலா. வரலாறுகள் எவ்வாறு எழுதப் படுகின்றன? அவற்றை எழுதியவர்கள் யார்? அவர்கள் ஏன் இந்தப் பணியில் ஈடுபட்டனர்? எத்தகைய தாக்கங்களுக்கு அவர்கள் ஆட்பட்டிருந்தனர்? அந்தத் தாக்கங்கள் அவர்களுடைய படைப்புகளை எந்த அளவுக்குப் பாதித்தன?

இந்தியாவின் வரலாற்றைப் புரிந்துகொள்ள வேண்டுமானால் இந்தியா குறித்து இதுவரை எழுதப்பட்ட வரலாற்றுப் பிரதிகளைக் கவனமாக ஆராய வேண்டும் என்கிறார் ரொமிலா. ஒரு வரலாற்றாசிரியருக்கு வரலாறு எந்த அளவுக்கு முக்கியமோ அந்த அளவுக்கு வரலாறுகளின் வரலாறும் முக்கியம்.

நிச்சயம் முற்கால இந்தியர்கள் வரலாற்றுணர்வு மிக்கவர்கள்தான். ஆனால், அவர்களுடைய வரலாற்றுணர்வு என்பது இன்று நாம் கொண்டிருப்பதைப் போல் இருந்திருக்க வாய்ப்பில்லை. வரலாற்றை நாம் இன்று தெளிவாக வரையறுத்து வைத்திருக்கி றோம். கடந்த காலத்தை எப்படிப் பதிவு செய்வது, எப்படித் தரவுகளைத் திரட்டுவது, எப்படி அவற்றை ஆராய்வது, ஆய்வுகளின் அடிப்படையில் எப்படிச் சில முடிவுகளை வந்தடைவது என்பதெல்லாம் இன்று நமக்குத் தெரியும். இந்த நவீன வடிவங்களை முற்கால இந்தியர்கள் பயன்படுத்தியிருக்க வாய்ப்பில்லை.

எனில், அவர்கள் எத்தகைய வடிவங்களைப் பயன்படுத்தி இருப்பார்கள் என்று நாம் சிந்திக்க வேண்டும். இந்தச் சிந்தனை ஐரோப்பியர்களுக்கு எழவில்லை. ஐரோப்பியர்களின் வழித் தடத்தில் நாம் தொடர்ந்து பயணித்தால் நமக்கும் அப்படியொரு சிந்தனை எழாது. வரலாற்றியலில் ரொமிலா தாப்பரின் குறிப்பிடத்தக்க பங்களிப்பு இப்படியொரு முடிவுக்கு வந்து சேர்ந்ததுதான். அவருடைய ஆய்வுலகம் மற்றவர்களிடமிருந்து வேறுபட்டிருந்ததற்கு இது ஒரு முக்கியக் காரணம்.

ரொமிலா தாப்பரின் 'முற்கால இந்தியா' (பாகம் 1, பெங்குயின், 1966) வரலாற்று வரைவியல் குறித்த அறிமுகத்தோடு தொடங்குகிறது. 18ஆம் நூற்றாண்டு தொடங்கி பிரிட்டன் இந்தியத் துணைக் கண்டத்தைத் தனது ஆதிக்கத்தின்கீழ் கொண்டு வர ஆரம்பித்து விட்டது. இந்தியாவின் வரலாற்றைப் பதிவு செய்வதற்கான முயற்சிகளும் அப்போதே தொடங்கிவிட்டன. எதற்காக இந்தியாவின் வரலாறு அவர்களுக்குத் தேவைப்பட்டது? வெறும் வணிகத் தொடர்புகளுக்காக மட்டுமே என்றால் இந்தியா குறித்து அதிகம் ஆராய வேண்டிய அவசியம் இருந்திருக்காது. வர்த்தக நலன் கடந்து ஒரு நாடு காலனி நாடாக மாறும்போது அந்நாட்டைச் சிக்கலின்றி ஆளவேண்டிய அவசியம் எழுகிறது.

எனவே, காலனி நாட்டின் புவியியலைத் தெரிந்துகொள்ள வேண்டும். மக்கள் பேசும் மொழிகளைத் தெரிந்துகொள்ள வேண்டும். அவர்களுடைய மதம், பண்பாடு, பழக்கவழக்கங்கள், சிந்தனைமுறை என்று பலவற்றைத் தெரிந்துகொள்ள வேண்டும். இதற்கு முன்பு அந்த மக்களை யாரெல்லாம் ஆண்டிருக்கிறார்கள், அவர்கள் சந்தித்த பிரச்சினைகள் என்னென்ன என்பதைத் தெரிந்துகொள்ள வேண்டும்.

நாம் எப்படிப்பட்ட மக்களை ஆள்கிறோம் என்பது தெரியாதவரை ஆட்சி சுமுகமாக நடைபெறுவதற்கு வாய்ப்பில்லை. இந்தியாவின் கடந்த காலம் குறித்த தேடலை ஐரோப்பியக் காலனியாதிக்க நாடுகள் முன்னெடுத்ததற்கு இது ஒரு முக்கியக் காரணம். இந்தியா குறித்து இவர்கள் உருவாக்கிய வகைமாதிரிகள் இன்றளவும் செல்வாக்கு பெற்றவையாக இருக்கின்றன. தங்களுடைய தேவைகளுக்கு ஏற்ற வகையில், தங்கள் வசதிக்கு அவர்கள் உருவாக்கிக்கொண்ட வகைமாதிரிகள் இவை என்கிறார் ரொமிலா தாப்பர். நாணயத்தின் ஒரு பக்கம் பொருளாதார ஏகாதிபத்தியம் இருக்குமென்றால் அதன் இன்னொரு பக்கத்தில் பண்பாட்டு ஆதிக்கம் இருந்தே தீரும்.

இந்தப் பின்னணியில் இந்தியாவின் வரலாற்றைத் தேடத் தொடங்கிய ஐரோப்பிய அறிஞர்கள் இந்தியர்கள் ஆன்மிகமய மானவர்கள், அவர்களுக்கு வரலாற்று உணர்வு கிடையாது என்னும் முடிவுக்கு வந்து சேர்ந்தனர். வரலாறு என்றால் என்னவென்பதற்கான நவீன இலக்கணத்தை அறிவொளிக் காலம் அவர்களுக்கு வழங்கியிருந்தது. அந்த இலக்கணம் இந்தியாவுக்குப் பொருந்தி வரவில்லை.

வரலாறு எழுத வேண்டுமானால் தெளிவான காலவரிசை வேண்டும். முடியாட்சி என்றால் எந்தெந்த ஆட்சியாளர்கள் எங்கெங்கு ஆட்சி செய்தார்கள் என்று தெரிய வேண்டும். எப்போது ஓர் ஆட்சி தொடங்கியது, அது எப்போது முடிவடைந்தது என்று தெரிய வேண்டும். பண்டைய இந்தியாவை இப்படி ஒரு காலவரிசைக்குள் அவர்களால் கொண்டுவர முடியவில்லை.

தங்களுடைய கடந்த காலத்தைப் பதிவு செய்ய வேண்டும் என்று இந்தியர்களுக்குத் தோன்றாததால் தானே இந்த நிலை ஏற்பட்டுள்ளது? ஒருவேளை ஐரோப்பியர்களைப் போல் இந்தியர்களுக்கு வரலாற்றுணர்வு இருந்திருந்தால் அவர்களுக்கும் ஒரு செழுமையான வரலாறு கிடைத்திருக்கும் அல்லவா?

காலனியச் சிந்தனை இப்படித்தான் இருந்தது. ஐரோப்பியர்கள் விரும்பிய நூல்கள், பிரதிகள், தரவுகள் ஆகியவை பொது ஆண்டு 1000-க்குப் பிறகுதான் கிடைக்கத் தொடங்கின. அதற்கு முந்தைய காலம் வரையறை செய்ய முடியாததாகவும் குழப்பமானதாகவும் இருந்தது. நிச்சயம் இந்திய வரலாறு என்பது பொது யுகம் 1000இல் தோன்றியிருக்க முடியாது. ஆனால், தரவுகளின்றி எப்படி முந்தைய வரலாற்றைக் கட்டமைப்பது? மிஞ்சி மிஞ்சிப் போனால் பொது யுகம் 500 வரை பின்னோக்கிச் செல்லலாம். அதற்கு முன்பு? வம்சாவளிகள், புராணங்கள், சமய மடப் பதிவேடுகள் ஆகியவைதாம் கிடைக்கின்றன.

ஆனால், இவற்றை ஐரோப்பிய அறிவொளி அறிஞர்களால் தரவுகளாக எடுத்துக்கொள்ள முடியவில்லை. இவற்றை அடிப்படையாகக் கொண்டு எப்படிப் பண்டைய இந்தியாவின் வரலாற்றை எழுத முடியும்? இந்த மலைப்பும் மயக்கமும் அவர்கள் எழுதி வைத்துவிட்டுப் போன வரலாறுகளில் பிரதிபலிப்பதை ரொமிலா கண்டுகொண்டார். மயக்கம் மறைந்து, தெளிவு பிறந்தால்தானே காட்சிகள் புலப்படும்?

❀

7. மூன்று இந்தியாக்கள்

ரொமிலா தாப்பர் மேற்கொண்ட முதல் அடிப்படை மாற்றம், காலம் காலமாக அது அடைப்பட்டுக் கிடந்த பெட்டிக்குள் இருந்து இந்திய வரலாற்றை விடுவித்ததுதான்.

தனது நூலைப் பண்டைய இந்தியா என்றில்லாமல் 'முற்கால இந்தியா' என்று அவர் அழைத்தது இந்த மாற்றத்தின் ஒரு பகுதியாகத்தான். இந்தியா முதல் லண்டன் வரை 'பண்டைய இந்திய வரலாறு' என்னும் பதமே கல்விப் புலத்திலும் பொது மக்களிடையிலும் புழக்கத்தில் இருந்தது. ஆய்வுப் படிப்பில் ஈடுபட்டிருந்தபோதும் சரி, மாணவர்களுக்கு வகுப்பெடுக்கத் தொடங்கிய பிறகும் சரி, பண்டைய இந்தியா என்னும் பெயரையே ரொமிலாவும் பயன்படுத்திவந்தார்.

இந்தப் பெயரை நுண்ணோக்கியின்கீழ் கொண்டு சென்றபோது அதற்கென்றே ஒரு தனித்த வரலாறு இருந்தது தெரிய வந்தது. பண்டைய இந்தியா என்னும் பதத்தை முதலில் பயன் படுத்தியவர்கள் பிரிட்டிஷார். புகழ்பெற்ற வரலாற்றாசிரியரும் கிழக்கிந்திய நிறுவனத்தின் பணியாற்றியவருமான ஜேம்ஸ் மில்லின் இந்திய வரலாறு மிகவும் புகழ்பெற்றது. மில் மூன்று

பெட்டிகளை உருவாக்கி அவற்றுள் இந்தியாவை வெற்றிகரமாக அடக்கிக் காட்டினார். கடல் போல் திகைக்க வைத்த இந்தியாவை இந்து இந்தியா, முஸ்லிம் இந்தியா, பிரட்டிஷ் இந்தியா என்னும் மூன்று பெட்டிகளுக்குள் காலவரிசைப்படுத்தினார் மில். இது எல்லோருக்குமே உகந்ததாக இருந்ததால் மில்லுக்குப் பிறகு வந்தவர்களும் கேள்வியின்றி இந்தக் காலவரிசையைப் பின்பற்ற ஆரம்பித்தனர்.

ஆனால், சுதந்தரத்துக்குப் பிறகு எழுதவந்த இந்தியத் தேசியவாத வரலாற்றாசிரியர்கள் மில்லின் மூன்று பெட்டிகளைக் கேள்விக்கு உட்படுத்தினர். மதத்தை அடிப்படையாகக் கொண்டு இந்து, முஸ்லிம், பிரிட்டிஷ் என்று இந்தியாவின் வரலாற்றைப் பிரிக்கக் கூடாது. ஐரோப்பிய வரலாற்றாசிரியர்கள் தங்கள் வரலாற்றைப் பண்டைய ஐரோப்பா, மத்தியகால ஐரோப்பா, நவீன ஐரோப்பா என்றே நவீன முறையில் பிரிக்கிறார்கள். அதே போல் நாமும் பண்டைய இந்தியா, மத்தியகால இந்தியா, நவீன இந்தியா என்று அழைப்பதுதான் சரியாக இருக்கும் என்றனர் இவர்கள். மில்லின் பிரிவுகளை ஒழித்துவிட்டு இந்த மூன்று பிரிவுகளில் இந்திய வரலாறு எழுதப்படலாயிற்று.

ஆனால், புதிய காலவரிசையிலும் அதே சிக்கல் நீடிப்பதை ரொமிலா தாப்பர் கண்டுகொண்டார். புதிய வரலாறுகளின்படி பண்டைய இந்தியா பொது ஆண்டு *1000-ம்* ஆண்டோடு முடிவுக்கு வந்தது. அதன்பின் மத்திய காலம் தொடங்குகிறது. அது 1757ஆம் ஆண்டு பிளாஸி போரோடு முடிகிறது. ஜேம்ஸ் மில்லின் முப்பெரும் பிரிவுகளிலும் நாம் இதையேதான் காண்கிறோம். இந்து இந்தியா எந்தக் காலகட்டத்தில் இயங்குகிறதோ அதே காலகட்டத்தில்தான் பண்டைய இந்தியாவும் இயங்குகிறது. ஜேம்ஸ் மில்லின் முஸ்லிம் இந்தியாதான் தேசியவாதிகளின் மத்திய இந்தியா. நவீன இந்தியாவும் பிரிட்டிஷ் இந்தியாவும் ஒரே இடத்தில் ஆரம்பமாகின்றன, ஒரே இடத்தில் முடிவடைகின்றன.

பழைய மூன்று பெட்டிகளுக்குப் பதில் புதிய மூன்று பெட்டிகள் என்பதைத் தவிர வேறு என்ன மாறியிருக்கிறது? காலனிய வரலாற்றை மாற்றியெழுத வேண்டும் என்னும் நோக்கம் சரியானதே. ஆனால், நோக்கம் மட்டும் போதாது அல்லவா?

இன்னோர் ஆபத்தும் இருக்கிறது என்கிறார் ரொமிலா. குறிப்பிட்ட ஒரு காலத்துக்கு நீங்கள் ஒரு பெயரைச் சூட்டுகிறீர்கள் என்றால் அந்தப் பெயரே உங்கள் தேடலுக்கான அடிப்படையாக

அமைந்துவிடும். எடுத்துக்காட்டுக்கு, இந்துக்களின் காலம் என்று குறிப்பிட்ட ஒரு காலத்தை அழைக்கும்போது இந்து மதத்துக்கு நீங்கள் அழுத்தம் கொடுப்பீர்கள். இந்து மதம் என்னும் கண்ணாடியை அணிந்துகொண்டு அந்தக் காலகட்டத்தை நீங்கள் புரிந்துகொள்ள முயல்வீர்கள். மத்திய இந்தியா என்று நீங்கள் அழைத்தாலும் இஸ்லாமே அந்தக் குறிப்பிட்ட காலத்துக்கு உங்கள் வழித்துணையாக இருக்கும்.

இது உங்கள் பார்வையையும் உங்கள் வரலாற்றையும் வெகுவாகச் சுருக்கிவிடுகிறது. இந்து இந்தியாவில் சமூகங்கள் பொருளா தாரத்தில் கவனம் செலுத்தவில்லையா? பாடல்கள் இயற்ற வில்லையா? முஸ்லிம் இந்தியாவில் கலை, இலக்கியம், மொழி, தத்துவம் எல்லாம் எப்படி இருந்தன என்று பார்க்க வேண்டாமா? ஆட்சியாளரின் மதத்தைக் காலத்துக்குச் சூட்டிப் பார்ப்பது எப்படிச் சரியான பார்வை அளிக்கும்?

வரலாறு ஒரு மாய சூழற்சியில் மாட்டிக்கொண்டது. எனவே அறுபதுகளில் எங்களைப் போன்ற சிலர் பிரச்சினைக்குரிய சொற்களைக் களைய ஆரம்பித்தோம். பண்டைய இந்தியாவை நான் முற்கால இந்தியா என்று அழைத்தேன். ஜேஎன்யுவில் பாடத்திட்டங்கள் குறித்த விவாதங்களின்போது இதை நான் வலியுறுத்தினேன். மாணவர்களுக்குப் புரியாது, எல்லோரும் ஏற்றுக்கொள்ள மாட்டார்கள் என்று சிலர் சொன்னபோதும் நான் உறுதியோடு இருந்தேன் என்கிறார் ரொமிலா.

வரலாறு தொடர்ந்து பாய்ந்துகொண்டே இருக்கிறது. நான் நவீன காலத்தின் பிரதிநிதி என்று நீங்கள் அறிவித்தாலும் கடந்த காலம் உங்களைத் தீண்டிக்கொண்டே இருக்கிறது. இறந்த காலம் என்றொன்று கிடையாது. அதுவும் இந்தியா போன்ற ஒரு பெரும் பரப்பில் எதுவொன்றும் தொலைந்து போவதில்லை. காலம் நுணுக்கமான தொடர்ச்சியைக் கொண்டிருக்கிறது. அந்தத் தொடர்ச்சியை வரலாறு அறுத்துவிடாமல் காப்பாற்ற வேண்டும்.

கடந்த காலத்தில் குரல் இன்னமும் நம் காதுகளில் ஒலித்துக் கொண்டிருப்பதை, கடந்த காலத்தின் செயல்கள் நம்மை இன்னும் பாதித்துக்கொண்டிருப்பதை, கடந்த காலத்தின் பிரதிகள் புதிய, புதிய வாசிப்புகளைக் கோரி நிற்பதை ஒரு வரலாற்றாசிரியர் அங்கீகரிக்க வேண்டும்.

வரலாறு தொடங்கும் இடம் முந்தைய காலமாகத்தான் இருக்க முடியும். பலவிதமான சிந்தனைகள் முகிழ்ந்து

பரவிக்கொண்டிருந்த காலம் அது. இன்றைய இந்தியா என்பது முந்தைய இந்தியாவின் தொடர்ச்சி. நாளைய இந்தியா என்பது முந்தைய இந்தியாவின் நீட்சி.

முற்கால இந்தியா என்று வரையறுக்கும்போது அது எப்போது தொடங்குகிறது என்னும் கேள்வி எழாது. நீங்கள் எந்தக் காலத்தைக் குறிப்பிட்டு இதுதான் வரலாற்றின் தொடக்கப்புள்ளி என்று சொன்னாலும் அதற்கு முந்தைய காலம் என்றொன்று இருக்கும். அது நமக்கு இன்னும் புலப்படாத ஒன்றாக இருக்கலாம். ஆனால், அப்படியொன்று நிச்சயம் இருக்கும்.

நமக்கு இன்று தெரியாதது நாளை மற்றொரு வரலாற்றாசிரியருக்குத் தெரியவரலாம். எனவே அதற்கும் இடம் கொடுத்து முற்கால இந்தியா என்று தலைப்பிட்டு அதையே தன்னுடைய ஆய்வுப் பொருளாகவும் வகுத்துக்கொள்கிறார் ரொமிலா தாப்பர்.

⚛

8. இந்தியரவை ஆராய்வது எப்படி?

ரொமிலா தாப்பரின் படைப்புகளை நெருங்குவதற்குமுன்பு அவர்மீது தாக்கம் செலுத்திய ஆளுமைகளையும் கோட்பாடு களையும் எளிமையாக அறிமுகப்படுத்திக்கொள்வோம். முதலில் டி. டி. கோசாம்பி. முதல் முறையாக அவரைச் சந்தித்த நிகழ்வை (1956) ரொமிலா தாப்பர் பின்வருமாறு நினைவுகூர்கிறார்.

'இந்து மதம் குறித்து விரிவுரையாற்ற கோசாம்பிக்கு அழைப்பு விடுத்திருப்பதாக ஒருநாள் என்னுடைய பேராசிரியர் பாஷம் அறிவித்தார். அதற்குமுன்பு அவருடைய இரு கட்டுரைகளை மட்டும் வாசித்திருக்கிறோம். இந்திய வரலாறு குறித்த அவரின் புத்தகம் அந்த ஆண்டு இறுதியில்தான் வெளிவரவிருந்தது. அவர் தன் விரிவுரையை ரிக் வேதத்திலிருந்து தொடங்குவார் என்று எதிர்பார்த்தோம். பொதுவாக எல்லா அறிஞர்களுக்கும் இதுவே வழக்கமாக இருந்தது. ஆனால், கோசாம்பி அப்படிச் செய்ய வில்லை.

'மாறாக, சில படங்களை எங்களுக்குப் போட்டுக் காட்டினார். வீட்டில் ஒரு குழந்தைக்கு நடைபெறும் பெயரிடும் சடங்கு பற்றிய

படங்கள் அவை. சடங்கின் ஒரு பகுதியாக வீட்டிலுள்ள உலக்கையை எடுத்துவந்து, அதற்குக் குழந்தையின் ஆடையை அணிவித்து, குழந்தையின் தொட்டிலுக்கு அருகில் வைத்திருந் தார்கள். இதைப் பற்றிக் கோசாம்பி அளித்த விளக்கம் பல்வேறு அம்சங்களை அறிமுகப்படுத்தும் வகையில் அமைந்திருந்தது.

'புதிதாகப் பிறந்த ஒரு குழந்தைக்கு எப்படிப்பட்ட வாழ்த்துகள் பொழியப்படுகின்றன, வரலாற்றுக்கு முந்தைய சமூகத்தின் நம்பிக்கைகள் எவ்வாறு தொடர்கின்றன, தாயின் உரிமைகள் குறித்த கோட்பாடுகள், கருவுறுதலோடு தொடர்புடைய வழக்கங்கள் என்று ஏராளமானவற்றை அவர் ஓர் எளிய சடங்கைக்கொண்டு விவரித்தார். இத்தகைய சிந்தனைகளிலிருந்தும் நடைமுறைகளிலிருந்தும்தாம் இந்து மதத்தின் தொடக்கம் அடங்கியிருக்கிறது என்று அவர் வாதிட்டார். மதம் என்பது வெறுமனே நம்பிக்கை சார்ந்தது மட்டுமல்ல; சடங்குகளின் வாயிலாக அது தன்னைச் சமூகத்தில் வெளிப்படுத்திக்கொள்ளவும் செய்கிறது என்பதைப் புரியவைத்தார்'.

வரலாற்றை வழக்கமான முறையியலைக் கொண்டு மட்டும் அணுகாமல் புதிய கோணங்களிலிருந்தும் அணுகலாம், அவ்வாறு அணுகினால் புதிய திறப்புகள் சாத்தியமாகும் என்பதை கோசாம்பி மூலம் தெரிந்துகொண்டார் தாப்பர். கோசாம்பியோடு உரையாடும் வாய்ப்புக் கிடைக்குமா? கிடைக்குமானால் அவரோடு தன் ஆய்வுத் தலைப்பை விவாதிக்கமுடியும் அல்லவா? முயன்று பார்த்தார் தாப்பர்.

'கோசாம்பியை அணுகியபோது, பல்வேறு வேலைகள் இருப்பதால் அந்த வாரம் நேரம் ஒதுக்க முடியாது என்று அவர் பதிலளித்தார். ஆனால், நான் பூனா செல்லவிருக்கிறேன் என்பது தெரிந்ததும், நாம் இருவரும் இணைந்தே 'டெக்கான் குவின்' ரயிலில் பயணம் செய்யலாம் என்றார். அந்தப் பயணம் மறக்க முடியாததாக மாறிவிட்டது. அந்த வழித்தடம் முழுக்கவே அவர் நடந்துசென்றிருக்கிறார். வரலாற்றோடும் இனவரைவியலோடும் தொடர்புடைய ஒவ்வொரு மலையுச்சியும் ஒவ்வொரு கல்லும் ஒவ்வொரு மரமும் அவருக்குத் தெரிந்திருந்தது. மலைப்பை ஏற்படுத்தும் அளவுக்கு அந்த நிலப்பரப்பை அவர் அத்தனை நெருக்கமாக அறிந்து வைத்திருந்தார்.'

களப்பணியின் உண்மையான பொருள் என்னவென்பதையும் இலக்கிய ஆதாரங்களையும் நேரில் சென்று கண்டுணரவேண்டிய

ஆதாரங்களையும் எவ்வாறு ஒருங்கிணைப்பது என்பதையும் அந்தப் பயணத்திலிருந்து கற்றுக்கொள்ள முடிந்தது என்கிறார் தாப்பர்.

மார்க்சியமும் இந்திய வரலாறும்

1950களில் மார்க்சியவாதிகளால் வரலாறு எழுதும் போக்கில் குறிப்பிடத்தக்கத் திருப்புமுனை இங்கே ஏற்பட்டது. வழிவழியாக அரசு வம்சங்களை விவரித்து, அவர்களுடைய சாதனைகளையும் வீழ்ச்சிகளையும் பதிவு செய்வதே வரலாறு என்னும் நிலையை மாற்றி சமூக, பொருளாதார வரலாற்றிலும் சாமானிய மக்களின் வரலாற்றிலும் அவர்கள் ஆர்வம் காட்டினார்கள். மார்க்சியம் இங்கே ஒரு கருவியாகப் பயன்பட்டதே தவிர, கார்ல் மார்க்சின் கோட்பாடுகளை அப்படியே இந்தியாவுக்கு அவர்கள் பொருத்த வில்லை.

கோசாம்பியை வாசித்தால் இதனை உணரமுடியும். ஒரு மார்க்சிய வரலாற்றாசிரியராக, சமூகத்திலும் பொருளாதாரத் துறையிலும் ஏற்பட்ட மாற்றங்களைப் பிரதானமாகக்கொண்டு அவர் பண்டைய இந்திய வரலாற்றைக் கட்டமைக்க முயன்றார். அவர் விவரிக்கும் வரலாறு தனித்துவமானதாக இருந்ததற்கு அவருடைய மார்க்சிய அணுகுமுறை ஒரு காரணம் என்கிறார் ரொமிலா தாப்பர்.

வரலாறு இறந்துபோய்விடவில்லை; பல்லாயிரக்கணக்கான ஆண்டுகளுக்கு முந்தைய காலம்கூட இந்தியாவில் வியப்பூட்டும் வகையில் இன்னமும் உயிர்த்திருக்கிறது. 'வாழும் முற்கால வரலாறு' என்று கடந்தகாலத்தை அழைத்தார் கோசாம்பி. தொல்லியல் எச்சங்களாகவும் பண்பாட்டு அடையாளங்களாகவும் கடந்தகாலம் நம்முடன் கலந்திருக்கிறது என்கிறார் கோசாம்பி. ஒரு தேர்ந்த வரலாற்றாளர் அவற்றை அடையாளம் கண்டு உரையாடலைத் தொடங்குகிறார்; வரலாறு உயிர்பெற்று எழுகிறது.

கோசாம்பியின் வரலாற்றியல் இத்தகைய உரையாடல்களிலிருந்தே பலம் பெறுகிறது. மகாராஷ்டிரா கிராமப்புறப் பகுதிகளில் கோசாம்பிக்கு இருந்த பரிச்சயம் வரலாற்றைக் கட்டமைக்க அவருக்கு உதவியது என்கிறார் தாப்பர்.

பண்டைய இந்தியச் சமூகம் குறித்து கார்ல் மார்க்ஸ் ஒரு பொதுவான பார்வையைக் கொண்டிருந்தார். அந்தப் பார்வை பின்வருமாறு அமைந்திருந்தது. பண்டைய காலத்தில் கொடுங்கோன்மை மன்னர்களின் பிடியில் மக்கள் சிக்கியிருந்தனர். நிலம் அனைத்தும் மன்னருக்குச் சொந்தமானதாக இருந்தது. வேறு யாரும் நிலம்

வைத்திருக்க உரிமையில்லை. விளைச்சலில் வரும் உபரி அனைத்தும் மன்னரைச் சேரும்.

19ஆம் நூற்றாண்டில் காலனியாதிக்கம் மக்களை ஒடுக்கியது என்றால், பண்டைய காலத்தில் மன்னராட்சி அப்பணியைச் செய்தது. முடியாட்சிக்குக் கட்டுப்பட்டு இருக்கும் வரை கிராமங்கள் சுதந்தரமாக இருக்கலாம். கிராமம் என்பது எல்லா இடங்களிலும் ஒன்றுபோல் இருந்தது. மொத்தத்தில் பண்டைய இந்தியா இப்படித்தான் இருந்தது. பல்லாயிரம் ஆண்டுகளாக அதிக மாற்றமின்றி அப்படியே சமூகங்கள் நிலைத்திருந்தன.

'ஆசிய பாணி உற்பத்திமுறை' என்று அழைக்கப்பட்ட இந்தப் பார்வையை மார்க்ஸ் மட்டுமல்ல, பலரும் பகிர்ந்துகொண்டனர். எல்லா ஆசிய நாடுகளும் இப்படித்தான் இருந்தன என்று அவர்கள் நினைத்தனர். ஆனால், மார்க்சிய வரலாற்றாசிரியர்கள் இந்தப் பார்வையை ஏற்கவில்லை. இந்தியா பற்றியும் ஆசிய நாடுகள் பற்றியும் அதிகத் தரவுகள் இல்லாத காலத்தில் மார்க்ஸும் மற்றவர்களும் உருவாக்கிக்கொண்டுவிட்ட இந்தப் பார்வையை நாம் அப்படியே பின்பற்றவேண்டிய அவசியமில்லை என்று அவர்கள் வாதிட்டனர்.

டி.டி. கோசாம்பி

கோசாம்பியும் ஆசிய பாணி உற்பத்திமுறையை நிராகரித்தவர் தான். அதே நேரம், வேறு வகை உற்பத்தி பாணிகளை அடையாளம் காணமுடியுமா என்று ஆராய்ந்தார். குறிப்பாக, அடிமை பாணி உற்பத்தி முறை அல்லது நிலப்பிரபுத்துவ பாணி உற்பத்திமுறை முற்கால இந்தியாவில் நிலவியதற்கான ஆதாரங்கள் இருக்கின்றனவா என்று அவர் தேடினார். இந்தத் தேடலும் அது தொடர்பான விவாதமும் பரபரப்போடு நிகழ்த்தப்பட்டதை தாப்பர் நினைவுகூர்கிறார்.

வரலாற்றுத் துறை நிலப்பிரபுத்துவத்தைத் தீவிரமாக அலசியது. சிலர் ஐரோப்பாவில் நிலவிய நிலப்பிரபுத்துவத்தை ஓர் அளவுகோலாகக் கொண்டு இந்தியாவிலும் அத்தகைய கூறுகள் ஏதேனும் தென்படுகின்றனவா என்று ஆராய்ந்தார்கள்.

கோசாம்பி இந்தக் குழுவில் சேரவில்லை. இந்தியாவில் நிலவியது தனித்துவமான ஒரு நிலப்பிரபுத்துவ முறை என்பதை முறையான ஆய்வுகளைக்கொண்டு முதல்முறையாக அவர் உறுதிசெய்தார். ஐரோப்பாவில் முதலில் அடிமைமுறை நிலவியது. அதன்பின் அடிமைமுறை மறைந்து நிலப்பிரபுத்துவம் வேர்கொண்டது.

இந்தியாவிலும் அடிமைமுறை நிலவியது என்றாலும், ஐரோப்பாவில் நிகழ்ந்ததுபோல் பெரிய அளவில் அடிமைகளைக் கொண்டு பொருள் உற்பத்தி இங்கே நிகழவில்லை. பண்டைய இந்தியாவில் நிலவிய அடிமைமுறை இந்தியத் தன்மைகளைக் கொண்டிருந்தது. அதேபோல் இந்தியாவில் நிலவிய நிலப்பிரபுத்துவ முறையையும் ஐரோப்பாவோடு ஒப்பிடவேண்டிய தில்லை. இங்கே வேறு மாதிரியான ஆய்வுகள் தேவைப்படுகின்றன என்றார் கோசாம்பி.

ராமாயணம், மகாபாரதம் போன்ற இதிகாசப் பிரதிகளை ஆய்வுசெய்வதாக இருந்தாலும் சரி; நிலப்பிரபுத்துவம், அடிமைத்தனம், உற்பத்திமுறை போன்ற சமூகப் பொருளாதாரக் கோட்பாடுகளை விவாதிப்பதாக இருந்தாலும் சரி; வழக்கமான வழிமுறைகள், வழக்கமான முறையியல், வழக்கமான கோணங்கள் ஆகியவற்றைத் தவிர்த்துவிட்டு, தனித்துவமான கேள்விகளை எழுப்பினார் கோசாம்பி.

ரொமிலா தாப்பரிடமும் இதே அணுகுமுறையைக் காணமுடியும். மார்க்சியம் உள்பட எந்தக் கோட்பாட்டையும் அவர் அடியொற்றி நடப்பதில்லை. ஐரோப்பா இதை ஏற்றுக்கொண்டிருக்கிறது, அங்குள்ள வரலாற்றாசிரியர்கள் இந்த முடிவுக்குதான் வந்திருக் கின்றனர். எனவே இந்தியாவுக்கும் இது பொருந்தும் என்று ஒருபோதும் சொல்வதில்லை அவர்.

எளிமைப்படுத்தலையும் பொதுமைப்படுத்தலையும் அவர் தொடர்ந்து எதிர்த்து வந்திருக்கிறார். பண்டைய சமூகம் இப்படித்தான் இருந்தது, பண்டைய மக்கள் இவ்வாறுதான் வாழ்ந்தனர், இந்திய கிராமங்கள் ஒன்றுபோல் இருந்தன, முடியாட்சி எல்லா இடங்களிலும் ஒன்றுபோலவே இருந்தது போன்ற வாதங்களை அவர் நிராகரிக்கிறார். இந்தப் போக்கு ஏன் ஆபத்தானது என்பதையும் சுட்டிக்காட்ட அவர் தயங்குவதில்லை.

இந்தியாவை ஆண்ட இந்து ஆட்சியாளர்கள் எப்படி ஒன்றுபோல் இல்லையோ அப்படியே இஸ்லாமிய ஆட்சியாளர்களும் ஒன்று

போல் இல்லை. இந்தியா இந்துக்களால் ஆளப்பட்டபோது பொற்காலமாக இருந்தது என்று எப்படிச் சொல்ல முடியாதோ அவ்வாறே இஸ்லாமியர்கள் ஆண்டபோது இருள் வந்து ஒட்டிக் கொண்டுவிட்டது என்றும் சொல்ல முடியாது. இப்படியான ஒற்றை வரித் தீர்ப்புகளை வரலாறு என்று அழைக்க முடியாது.

இது அல்லது அது என்னும் எளிமையான வகைப்பாட்டுக்குள் காலத்தையும் மனிதர்களையும் திணித்துவிட முடியாது. இஸ்லாமிய ஆட்சியாளர்களின்கீழ் இந்துக்கள் எப்படி இருந்தனர் என்னும் கேள்விக்கு இப்படித்தான் இருந்தனர் என்று ஒற்றை வரியில் ஒருவர் பதில் அளித்து முடித்துக்கொள்கிறார் என்றால் ஒன்று அவர் ஆய்வு குறைபாடானதாக இருக்கும் அல்லது அவர் உள்நோக்கம் கொண்டவராக இருப்பார். இவர்கள் எழுதும் வரலாறு ஆபத்தான விளைவுகளையே ஏற்படுத்தும்.

ரொமிலா தாப்பரின் தேடல் அகலமானது, ஆழமானது, நுணுக்க மானது. சோமநாதர் கோயில் பற்றிய அவர் ஆய்வை இதற்கு உதாரணமாகச் சொல்லலாம்.

கிழக்கும் மேற்கும்

மார்க்ஸ், எங்கெல்ஸ், மாக்ஸ் வெபர், மார்சல் மாஸ், எமிலி துர்க்கெய்ம், பிரெஞ்சு 'அனால்ஸ்' (Annales) பள்ளியைச் சேர்ந்த வரலாற்றாசிரியர்கள் என்று பல மேற்கத்திய சமூகவியல், மானுடவியல் சிந்தனையாளர்களின் படைப்புகளை நாங்கள் ஆர்வத்தோடு வாசித்தோம் என்கிறார் தாப்பர். பிரிட்டிஷ் காலனியாதிக்கப் பிரதிகளிலிருந்து இவர்களுடைய எழுத்துகள் மாறுபட்டிருந்ததோடு புதிய கோணங்களில் சிந்திக்கவும் இவர்கள் எங்களைத் தூண்டினார்கள் என்கிறார் அவர். இவர்களுடைய அணுகுமுறைகளில் சிலவற்றை இந்தியச் சூழலில் பொருத்தி, விவாதித்திருக்கிறார் தாப்பர்.

ஓர் எடுத்துக்காட்டைப் பார்ப்போம். ரிக் வேதத்தில் 'தான ஸ்துதி' பாடல்கள் இடம்பெற்றிருப்பதைப் பார்க்கலாம். தலைவன் வெற்றிகரமாகக் கால்நடைகளைக் கவர்ந்துவருகிறான். அவனது வீரத்தையும் தீரத்தையும் புகழ்ந்து கவிஞன் பாடல்களை (பிரஷாஸ்தி) இயற்றுகிறான். அகமகிழ்ச்சியோடு தலைவன் கவிஞனுக்குப் பரிசளிக்கிறான். பத்தாயிரம் குதிரைகள், ஐம்பதாயிரம் மாடுகள், தங்கம், தாசர் என்று பரிசுப் பொருள்கள் மலைக்க வைக்கக்கூடியவையாக இருக்கின்றன.

அன்றைய பொருளாதார நிலையில் இவ்வளவெல்லாம் தானம் செய்திருக்க முடியாது என்பதால் கவி மிகைப்படுத்தியிருக்கிறான். எண்ணிக்கைதான் மிகையே தவிர, பரிசில் பெற்றதென்னவோ உண்மைதான். இங்கே நடைபெற்றிருப்பது பரிசுப் பரிமாற்றம் என்கிறார் பிரெஞ்சு சமூகவியலாளரான மார்சல் மாஸ். தாப்பரை ஈர்த்த கருத்தாக்கங்களில் ஒன்று இது.

கவிக்குத் தலைவன் ஏன் பரிசு கொடுக்கவேண்டும்? கவி கொடுத்த பரிசுக்குப் பதிலாகத்தான் பொன்னோ பொருளோ தலைவன் கொடுக்கிறான் என்கிறார் மார்சல் மாஸ். கவி என்ன பரிசு கொடுத்தான்? தலைவனைப் புகழ்ந்து பாடுகிறான் அல்லவா, அதுதான் அவன் பரிசு. தலைவனுக்கு மரணமில்லாப் பெருவாழ்வை அளிக்கிறான் கவி. வானுயர தலைவனைத் தூக்கி வைத்து அவன் இயற்றும் பாடலில் காலத்தைக் கடந்தும் வாழ்கிறான் தலைவன். அப்படியொருவன் இருந்தான் என்பதையே கவியின் சொற்களிலிருந்துதான் இன்று நாம் அறிந்துகொள்கிறோம். இறவாநிலைக்கு ஈடாகத்தான் தலைவன் தானம் அளிக்கிறான். இங்கே நடைபெறுவது பரிசுப் பரிமாற்றம் என்கிறார் மாஸ்.

எல்லாச் சமூகங்களுக்கும் பொருத்திப் பார்க்கக்கூடிய ஒரு சிறிய நிகழ்வை மார்சல் மாஸ் ஆய்வுக்கு எடுத்துக்கொண்டது என்னை ஈர்த்தது என்கிறார் தாப்பர். பரிசுப் பரிமாற்றத்தை முற்கால சமூகங்களுக்குப் பொருத்திப் பார்த்து அந்தச் சமூகங்களின் கட்டமைப்பையும் இயக்கத்தையும் புரிந்துகொள்ள முயலலாம் என்கிறார் தாப்பர்.

கவிக்குப் பரிசளித்ததன்மூலம் தலைவன் சமூகத்தில் உயர்வான ஓரிடத்தையும் பிடித்துக்கொள்வதைச் சுட்டிக்காட்டுகிறார் தாப்பர். நான் செல்வமுள்ளவன், என்னால் இவ்வளவு தானம் செய்யமுடியும் என்று காட்டுவதன்மூலம் சமூகத்தின் நன்மதிப்பை அவனால் ஈட்டிக்கொள்ளமுடிந்தது. சமூக மதிப்புமிக்க ஒருவனைப் பாடியவன் என்னும் தகுதியை, கவி தக்க வைத்துக்கொள்கிறான். தலைவன் இருக்கும்வரை அவனும் இருக்கத்தான் போகிறான். பரிசு என்னும் எளிய செயல்பாடுமூலம் அளிப்பவர், பெற்றுக்கொள்பவர் இருவரையும் தெரிந்துகொள்ளமுடிகிறது. அவர்கள் வாழும் சமூகம் குறித்துச் சிறு துப்பும் இதிலிருந்து கிடைக்கிறது என்கிறார் தாப்பர்.

புரூஸ் லிங்கனின் ஆய்வையும் தாப்பர் கவனப்படுத்துகிறார். கால்நடை வளர்ப்பில் ஈடுபட்டுவந்த பண்டைய சமூகங்கள் குறித்து ஆய்வு மேற்கொண்டவர் இவர். சமயம், தொன்மம், சடங்கு

ஆகியவை இவர் விருப்பத்துக்குரிய துறைகள். கிழக்கு ஆப்பிரிக்கச் சமூகங்களை ஆய்வு செய்ததன் தொடர்ச்சியாக மத்திய ஆசியா, இந்தியா ஆகிய நாடுகளின்மீதும் இவர் தன் கவனத்தைத் திருப்பினார். அவெஸ்தா, ரிக் வேதம் இரண்டிலிருந்தும் கவனமாகப் புள்ளிவிவரங்களைத் திரட்டி, புதிய கோணங்களில் சில கேள்விகளை எழுப்பினார்.

இரண்டுமே கால்நடை வளர்ப்பில் ஈடுபட்டுவந்த பண்டைய சமூகங்கள். இது போக பல ஒற்றுமைகளை அவர்களுக்கு இடையில் கண்டறிந்தார். புரூஸ் லிங்கனின் ஒப்பீட்டு ஆய்வுகள் நம் பார்வையை அகலப்படுத்துகின்றன. சமூகங்களுக்கிடையிலான ஒப்பீடுகளின் முக்கியத்துவத்தையும் உணர்த்துகின்றன என்கிறார் தாப்பர்.

பண்டைய இந்திய வரலாறு மத்திய ஆசியாவோடும் மேற்கு ஆசியாவோடும் நெருக்கமாக உறவைக்கொண்டிருந்தது. இன்றைய நவீன எல்லைகளை மறந்துவிட்டுப் பார்த்தால் அப்போது பல்வேறு வேளாண், மேய்ச்சல்நிலச் சமூகங்களுக்கு இடையில் வலுவான பண்பாட்டு உறவுகள் இருந்திருக்கின்றன. இந்த உறவுகள் பற்றிய புரிதல் அதிகமாகும்போது இந்து, இந்தியர், பூர்வகுடி போன்ற அடையாளங்களைக் குறுகலான வடிவில் கையாள்வதைத் தவிர்க்க முடியும்.

●

எழுபதுகள், எண்பதுகளில் மார்க்சியம் செல்வாக்கோடு இருந்தது; இப்போது இல்லை. பின்னவீனத்துவமும் அப்படித்தான். அப்போ தெல்லாம் சமூகம், பொருளாதாரம் என்று பேசத் தொடங்கினாலே உடனே நீங்கள் மார்க்சியவாதியா என்று கேட்பவர்கள் இன்னமும் இருக்கிறார்கள். மார்க்சியம் என்றால் பொருளாதாரம்; பொருளா தாரம் என்றால் மார்க்சியம். கல்விப்புலம் சார்ந்தவர்களே இப்படித்தான் நினைக்கிறார்கள்.

சமூக வரலாறு, பொருளாதார வரலாறு ஆகியவற்றையும் மாணவர்களின் பாடத்திட்டத்தில் இணைக்கவேண்டும் என்று அவர் கோரிக்கை விடுத்தபோது சக பல்கலைக்கழகப் பேராசிரியர்கள்கூட அவற்றை ஏற்கத் தயங்கினார்களாம். மார்க்சிய வரலாற்றுப் பார்வை குறித்து அவர்களுக்குத் தெரியவேயில்லை என்கிறார் தாப்பர்.

ஒப்பீட்டு வரலாற்று ஆய்வில் ஆரம்பம் முதலே ரொமிலா தாப்பர் ஈடுபாடுகொண்டிருந்தார். லண்டனில் இருந்தபோது சீன வரலாறு கொஞ்சம் கற்கமுடிந்தது. அப்போது எல்லோருக்கும் இது

வியப்பாக இருந்தது. இந்தியா போக வேறு ஏதேனும் நாடு என்றால் நிச்சயம் ஏதேனும் ஓர் ஐரோப்பிய நாட்டின் வரலாறே கற்க வேண்டியிருக்கும். நான் சீனக் கலை, கட்டுமானத் துறையைத் தேர்ந்தெடுத்தேன் என்கிறார் தாப்பர்.

1957ஆம் ஆண்டு சீனா சென்று பௌத்தக் குகைச் சிற்பங்கள் குறித்துக் கள ஆய்வு மேற்கொண்டிருக்கிறார். அதன்பின் சீன வரலாற்றில் அதிகம் ஈடுபடமுடியவில்லை. சீனாவில் தங்கியிருந்த அனுபவங்கள் குறித்து அப்போது அவர் எழுதி வைத்திருந்த மனப்பதிவுகளை மிக நீண்டகாலம் வெளியிடாமலேயே இருந்தார். 2020ஆம் ஆண்டுதான் நூல் வடிவம் பெற்றது.

கிரேக்க ரோமானிய வரலாறு கற்றிருந்தது தனது பண்டைய இந்திய ஆய்வுகளுக்கு உதவிகரமாக இருந்தது என்கிறார் தாப்பர். மோசஸ் ஃப்பின்லே ஹோமரை அணுகிய வழியில் இந்திய இதிகாசங்களைத் தான் அணுகியதாக தாப்பர் குறிப்பிடுகிறார். பண்டைய உலகை ஆராய்ந்தவர்களுள் குறிப்பிடத்தக்கவர் இத்தாலிய வரலாற்றாசிரியர் அர்னால்டோ மோமிக்ளியானோ. கிரேக்க ரோமானிய வரலாற்றியலில் அவர் மேற்கொண்ட ஆய்வுகளை வாசித்தபிறகு, எனக்கும் பண்டைய உலகின்மீது ஈர்ப்பு ஏற்பட்டுவிட்டது என்கிறார் தாப்பர்.

என் வாழ்வில் முக்கியமான காலகட்டம் என்று எழுபதுகளைச் சொல்வேன் என்கிறார் தாப்பர். இந்தியா, சீனா, ஐரோப்பா, அமெரிக்கா என்று பல நாடுளைச் சேர்ந்த பல்துறை ஆய்வாளர்களின் தாக்கத்துக்குத் தாப்பர் உட்பட்டிருந்த காலம் இது. இக்காலத்தில் அறிமுகமான பல படைப்புகளை தாப்பர் அதன்பிறகும் தொடர்ந்து விவாதித்திருக்கிறார். ஜேஎன்யுவில் வகுப்பெடுக்கத் தொடங்கிய பிறகு தன் மாணவர்களோடும் இந்த விவாதங்களை அவர் தொடர்ந்திருக்கிறார்.

9. வரலாறு எழுதுவது எப்படி?

காலனிய காலத்தில் சுருங்கிக்கிடந்த வரலாற்றத் துறையின் எல்லைகளை அகலமாக்கியவர்களில் குறிப்பிடத்தக்கவர் ரொமிலா தாப்பர். வரலாற்றைச் செழுமைப்படுத்தி அதை ஒரு சமூக அறிவியலாக வளர்த்தெடுத்ததில் அவருக்கு முக்கிய இடமுண்டு.

ஏன் வரலாறு சமூக அறிவியலாக மாறவேண்டும்? அப்போதுதான் அது பரந்து விரிந்த ஒரு தளத்தில் இயங்க ஆரம்பிக்கிறது என்கிறார் தாப்பர். சமூகவியல், பொருளாதாரம், அரசியல், நிலவியல், புள்ளியியல் என்று முற்றிலும் புதிய துறைகளோடு உரையாடும் வாய்ப்பு வரலாறுக்கு அமைகிறது. இந்த உரையாடலில் ஒரு வரலாற்றாசிரியர் பங்கேற்கும்போது அவருக்குப் புதிய திறப்புகள் கிடைக்காது போனாலும் குறைந்தபட்சம் புதிய கேள்விகளாவது நிச்சயம் பிறக்கும். இந்தக் கேள்விகளைத் தொகுத்து எடுத்துக்கொண்டு நம்மிடமுள்ள தரவுகளை அணுகும்போது நம் புரிதல் அதிகரிப்பதற்கு வாய்ப்பு அதிகம்.

வரலாறு எதிலிருந்து எதுவரை என்பதற்கான வரையறையை நீட்டிக்கும்போது அதுவரை துண்டுத் துண்டாக நமக்குக் காட்சியளித்தவை ஒன்றிணைய ஆரம்பிக்கும். அவ்வாறு துண்டுகள்

ஒன்றிணையும்போது முழுமையை நோக்கி நாம் நகர்ந்து செல்ல ஆரம்பிக்கிறோம். ரொமிலா தாப்பரின் வரலாற்றியலில் இந்த அணுகுமுறையை ஒருவர் காண முடியும்.

1960களிலும் 1970களிலும் பொருளாதார வளர்ச்சி குறித்து கம்யூனிஸ்டுகள் மேற்கொண்ட விவாதங்கள் நினைவுக்கு வருகின்றன என்கிறார் ரொமிலா. 'முற்கால இந்தியாவில் பொருளாதாரம் எவ்வாறு இருந்தது?' என்று அவர்கள் கேட்டபோது ஒரு வாசல் திறந்துவிட்டது போல் இருந்தது. இந்தக் கேள்விக்குப் பதில் தேட வேண்டுமானால் நான் என் தேடலை இன்னொரு திசையை நோக்கி நகர்த்திச் செல்ல வேண்டும்.

அல்லது, பொருளாதாரம் என் துறையல்ல என்று நான் சொல்லலாம். அப்படி நான் சொன்னால் இழப்பு எனக்கா அல்லது நான் எழுதும் வரலாறுக்கா? இது சாதி அமைப்புக்கும் பொருந்தும். சாதியமைப்பு என் ஆய்வுக்கு அப்பாற்பட்டது என்று ஒரு வரலாற்றாசிரியர் அதை ஒதுக்கி வைக்க முடியுமா?

•

தரவுகளை அள்ளிக்கொண்டுவந்து ஓரிடத்தில் குவித்தால் அது வரலாறு ஆகிவிடாது. வரலாறு என்பது ஓர் அறிவுத் துறை. அதற்கென்று ஒரு தனித்த முறையியல் இருக்கிறது. தரவுகளை எப்படி உள்வாங்க வேண்டும், எப்படிச் சரி பார்க்க வேண்டும், எப்படிக் குறிப்பிட்ட காலத்தோடு பொருத்தி ஆராய வேண்டும் என்பதற்கெல்லாம் வழிமுறைகள் இருக்கின்றன.

கல்வெட்டு போல் வரலாறு நிலையானது அல்ல. புதிய தரவுகள் கிடைக்கும்போது வரலாறு மாற்றமடைகிறது. அவ்வாறு கிடைக்காது போனாலும் ஏற்கெனவே உள்ள தரவுகள் பற்றிய நம் பார்வை மாற்றமடையும்போது நாம் விவரிக்கும் வரலாறும் மாறுகிறது.

கடந்த கால மக்கள் எவ்வாறு சிந்தித்தனர், எவ்வாறு தங்கள் வாழ்வை நடத்தினர் என்பதைத் தெரிந்துகொள்ள கூர் உணர்வுத் திறன் அவசியம் என்கிறார் ரொமிலா தாப்பர். அந்தத் திறனைச் சமூக அறிவியல் அளிக்கிறது.

ரொமிலா தாப்பர் எழுத வந்தபோது அவருக்கு முன்பு எழுதிய எண்ணற்றோருக்குக் கிடைக்காத புதிய தரவுகள் எதுவும் அவருக்குத் தனியே கிடைத்துவிடவில்லை. யாரும் எதையும்

புதிதாக அகழ்ந்தெடுத்து அவர் கரங்களில் ஒப்படைத்துவிட வில்லை. எல்லோரும் வாசித்து முடித்துவிட்ட பிரதிகளைத்தான் அவரும் பார்வையிட்டார். ஆனால், ஒவ்வொன்றையும் எடுத்து வைத்துக்கொண்டு புதிது போல் அவர் பார்வையிட்டார். இதை வேறு கோணத்திலிருந்து பார்க்க முடியுமா? எல்லோரும் ஏற்றுக்கொண்டுவிட்ட இந்த முடிவை மீண்டும் பரிசீலனைக்கு உட்படுத்தலாமா? இந்தப் பிரதிக்கு இந்த ஒரு பொருள்தான் உண்டா அல்லது வேறு மாதிரியும் பொருள் கொள்வது சாத்தியமா? எங்கெல்லாம் இடைவெளிகள் இருக்கின்றன, அவற்றை எப்படி நிரப்புவது?

சூழலியலை வரலாற்றோடு இணைத்தார். சூழல் எவ்வாறு மனிதர்களின் வாழ்வியலையும் சிந்தனைகளையும் மாற்றி அமைக்கிறது என்பதையும் மனிதர்கள் எவ்வாறு தங்கள் சூழலை மாற்றியமைக்கிறார்கள் என்பதையும் அலசினார். சிந்து சமவெளி பற்றி மட்டும் பேசினால் போதாது, அந்தப் பண்பாடு சரிந்ததற்குச் சூழலியல் காரணங்கள் இருக்கக்கூடுமா என்னும் கேள்வியையும் எழுப்ப வேண்டும் என்கிறார் ரொமிலா.

காலம் என்கிறோம். முற்கால இந்தியர்கள் காலத்தை எவ்வாறு அணுகியிருப்பார்கள்? அவர்களுடைய காலக்கணக்கு எப்படி இருந்திருக்கும்? திரேதா யுகம், துவாபர யுகம், கலி யுகம் போன்றவற்றை எப்படி விளங்கிக்கொள்வது?

குறிப்பிட்ட சிலர் அல்ல எல்லோருக்கும் அவர் வரலாற்றில் இடமுண்டு. வேடர், சேகரிப்பாளர், மேய்ச்சல் நில மக்கள், விவசாயிகள், நகர மக்கள் அனைவரும் கவனம் பெறுகிறார்கள். சாதியும் வர்ணமும் வெவ்வேறானவை, வெவ்வேறு நோக்கங் களுக்காக அவை இயங்கி வந்தன என்கிறார்.

வரலாறும் கேள்விகளும்

வரலாற்றில் விடைகள் தேடி வருபவர்கள் அதிகம். ஆனால் விடைகளைக் காட்டிலும் பல மடங்கு அதிகமாகக் கேள்வி களைத்தான் அளிக்கிறது வரலாறு. தாப்பரும் கேள்விகளில் இருந்துதான் தன் ஆய்வுகளை விரித்துச் செல்கிறார். இதிகாசப் புராணக் காலத்தைக் கணக்கிடுவது சாத்தியமா? ஆரியர் என்போர் யார்? அவர்களுடைய பிறப்பிடம் என்ன? ஆரியப் படையெடுப்பு நடந்ததா போன்ற இன்றுவரை சர்ச்சைக்குள்ளாகும் தலைப்புகளை நிதானமாக அணுகுகிறார். வேதங்கள் எத்தகைய சமூகப்

பின்னணியில் இருந்து தோன்றியிருக்கும்? அப்போது சமூகத்தில் எத்தகைய உறவுமுறை நீடித்தது?

கேள்விகளாலும் விவாதங்களாலும் வரலாற்றைத் தொடர்ச்சியாக முன்னகர்த்திக்கொண்டே போகிறார். வேளாள் சமூகம் எவ்வாறு நகரமயமாக்கலை நோக்கி நகர்ந்து சென்றது? நகரமயமாக்கம் எத்தகைய மாற்றங்களைச் சமூகத்தில் ஏற்படுத்தியிருக்கும்? சமூகங்கள் எவ்வாறு தங்களை ஒழுங்குபடுத்திக்கொண்டன? எத்தகைய மதிப்பீடுகள் நிலவின? வணிகம் எவ்வாறு நடைபெற்றது? எத்தகைய நாணயங்கள் புழக்கத்தில் இருந்தன?

அரசு என்னும் அமைப்பு எப்போது தோற்றம் பெற்றது? எப்போது வலுவடைந்தது? முடியாட்சியில் மக்கள் நிலை எப்படி இருந்தது? ஒரு பேரரசு உருவாவதற்கு என்னென்ன தேவைப்படுகிறது? சமூக மாற்றங்களை மக்கள் எப்படி எதிர்கொண்டனர்? எத்தகைய அதிகார மையங்களை ஒரு சமூகம் கொண்டிருந்தது?

மதம் ஆற்றிய பங்கு என்ன? எத்தனை விதமான வழிபாட்டு முறைகள் நிலவின? மாற்று நம்பிக்கைகள் எவ்வாறு எதிர்கொள்ளப் பட்டன? தத்துவத்தின் பங்கு என்ன? சனாதன தர்மம் எத்தகைய தாக்கத்தைச் சமூகத்தில் ஏற்படுத்தியது? இந்து மதம் நிறுவனமய மானது எப்படி? சமணமும் பௌத்தமும் எப்படி மக்களைப் பற்றிக்கொண்டன? அறம் எவ்வாறு வலியுறுத்தப்பட்டது? முரண்கள், ஒழுங்கீனங்கள், மாற்று நம்பிக்கைகள் எவ்வாறு கையாளப்பட்டன?

சமூக மானுடவியல், புள்ளியியல், தாவரவியல், மரபியல் என்று புதிய துறைகளும் சிந்தனைகளும் எத்திசையிலிருந்து உதித்தாலும் அள்ளி அரவணைத்துக்கொள்கிறார்.

தொடர்ந்து கற்றுக்கொள்கிறார். தொடர்ந்து திருத்திக்கொள்கிறார். மெளரியப் பேரரசு மையப்படுத்தப்பட்ட மிகப் பெரிய நிறுவனமாக இருந்தது என்று தனது முனைவர் பட்ட ஆய்வில் ரொமிலா நிறுவியிருந்தார். இந்த முடிவை அவர் பின்னர் மாற்றிக்கொள்ள வேண்டியிருந்தது. பேரரசராக இருந்தாலும் எல்லாவற்றையும் உள்ளடக்கிய, எல்லா முடிவுகளையும் எடுக்கக்கூடிய, எல்லா வற்றையும் மேலிருந்து கண்காணித்து வழிநடத்தக்கூடிய ஓர் ஆக்டோபஸ் அமைப்பாக மெளரியர் இருந்திருக்க வாய்ப்பில்லை. அப்படியோர் அமைப்பு நடைமுறை சாத்தியத்துக்கு அப்பால் பட்டது என்று திருத்துகிறார்.

சுங்கர், சாகர், சாதவாகனர், கலிங்கர் போன்றோரின் காலங்களுக்கும் இது பொருந்தும். அசோகர் காலத்து இந்தியா என்றோ சாதவாகனர் காலத்து இந்தியா என்றோ குறிப்பிட்டுவிட்டு அந்த இந்தியா இப்படி இருந்தது, அப்படி இருந்தது என்று விவரிப்பது நம் போதாமைகளையே காட்டுகிறது. இன்றைய இந்தியா என்பது எப்படி எல்லோருக்கும் ஒன்றுபோல் காட்சியளிக்கவில்லையோ அப்படித்தான் அசோகர் காலத்து இந்தியாவும் அப்போதைய மக்களுக்கு இருந்திருக்கும். சாதவாகனர் காலத்து இந்தியாவுக்கென்று தனித்த பண்புகள் இருந்துவிட முடியாது. முகலாயர் கால இந்தியா இப்படித்தான் இருந்தது என்று நாம் முடிவு கட்டிவிட முடியாது.

இதே காரணங்களுக்காகத்தான் எந்தவொரு காலத்தையும் இருண்ட காலம் என்று அழைக்க முடியாது என்கிறார் ரொமிலா. பொற்காலம் என்று சொல்லப்படுவதையும் அவர் ஏற்பதில்லை. எல்லாக் காலங்களிலும் பெரும் செல்வந்தர்கள் இருந்திருக்கிறார்கள், நலிந்தோர் இருந்திருக்கின்றனர். மாபெரும் கட்டுமானங்கள் உருவான அதே காலகட்டத்தில் வறுமையும் இருந்திருக்கிறது. ஒன்றைக் குறிப்பிட்டுவிட்டு இன்னொன்றைச் சொல்லாமல் விடுவதும், ஒன்றை வைத்துக்கொண்டு அதைப் பொது யதார்த்தம் போல் எல்லாவற்றுக்கும் நீட்டிப்பதும் தவறு.

குப்தர், சோழர், முகலாயர் என்று ஒவ்வொரு காலகட்டத்திலும் நிகழ்த்தப்பட்ட பண்பாட்டுச் சாதனைகளை ரொமிலா மறுக்க வில்லை. அதே நேரம், அந்தச் சாதனைகளை வியந்தோதுவது மட்டுமே ஒரு வரலாற்றாசிரியரின் பணியல்ல என்கிறார்.

இந்தியா என்பது தனித்தீவல்ல. அது உலகின் பிற பகுதிகளோடு தொடர்ந்து உரையாடி வந்திருக்கிறது. வணிகம், கலை, இலக்கியம், பண்பாடு, மதம் என்று எல்லாக் கூறுகளிலும் கொடுக்கல் வாங்கல் நிகழ்ந்திருக்கிறது. எனவே இந்தியப் பண்பாடு, இந்திய மதம், இந்திய மரபு, இந்தியத் தத்துவம் என்றெல்லாம் நாம் குறிப்பிடும்போது இந்தப் பரிமாற்றங்களையும் நாம் நினைவில் வைத்திருக்க வேண்டும் என்று மீண்டும் மீண்டும் நினைவூட்டிக்கொண்டே இருக்கிறார் ரொமிலா.

10. மதமும் வரலாறும்

ரொமிலா தாப்பர் இறை நம்பிக்கையற்றவர் என்றாலும் தனது ஆய்வின் ஒரு பகுதியாக அவர் தொடர்ச்சியாக வெவ்வேறு மத நம்பிக்கைகளோடு உரையாட வேண்டியிருக்கிறது.

மதத்துக்கும் வரலாறுக்கும் இடையிலான உறவு குறித்து ரொமிலா விரிவாக விவாதித்திருக்கிறார். இதிகாசமோ புராணமோ புத்த ஜாதகக் கதையோ எதுவாக இருந்தாலும் அதை நெருங்கிச் சென்று ஆராய வேண்டியது ஒரு வரலாற்றாசிரியரின் கடமை. உங்கள் நம்பிக்கை அல்லது நம்பிக்கையின்மையை உங்களுக்குள் வைத்துக் கொண்டு இதை நீங்கள் செய்ய வேண்டும் என்கிறார் ரொமிலா.

மத வரலாறு என்றொரு தனித்துறையே இருக்கிறது. மதமும் அரசியலும் பிரிக்க முடியாதபடிக்குப் பிணைந்திருக்கும் இந்தியா போன்ற ஒரு நாட்டில் இத்துறை போதுமான வளர்ச்சியைப் பெறவில்லை என்பது வேதனையே.

ராமாயணத்தை எடுத்துக்கொண்டால் முதலில் அதை ஒரு பிரதியாக எடுத்துக்கொண்டு வாசிக்க வேண்டும். அதன் மொழியமைப்பை ஆராய வேண்டும். அது எப்போது எழுதப்பட்டிருக்க வேண்டும் என்பதை அறிந்துகொள்ள வேண்டும். ராமாயணத்திலுள்ள

ஜடாயுவுடன் போரிடும் ராவணன், ரவிவர்மா ஓவியம்

தகவல்களிலும் சம்பவங்களிலும் கவனம் செலுத்த வேண்டும். ராமாயணம் என்பது ஒற்றைப் பிரதியா அல்லது பல பிரதிகளா என்பதைக் கண்டறிந்து அனைத்தையும் இதே போல் ஆராய வேண்டும். இதைச் செய்தால் ராமாயணத்தின் வரலாறை நீங்கள் புரிந்துகொள்ளலாம்.

ராமர் பற்றிய கதை (ராமகதா) பொஆமு 5ஆம் நூற்றாண்டுக்கு முந்தைய காலத்தில் இருந்து வாய்வழிச் சொல்லப்பட்டு வந்திருக்கிறது. அந்த ராமகதா நமக்குக் கிடைக்கவில்லை. ஆனால், அப்படியொன்று இருந்திருக்கிறது என்பதற்கு ஆதாரம் இருக்கிறது. பொஆமு 3 அல்லது 4ஆம் நூற்றாண்டில் வால்மிகி ராமகதாவை ராமாயணம் என்னும் பெயரில் ஒரு காவியமாக இயற்றினார்.

பெளத்த தசரத ஜாதகக் கதைகளில் சீதை ராமரின் மனைவியல்ல. ராமர், லட்சுமணரின் சகோதரி. கொடுமைக்காரச் சித்திக்குப் பயந்து தந்தை தசரதர் மூவரையும் காட்டுக்கு அனுப்பிவிடுகிறார். வனவாசத்தின்போது ராமர் பெளத்தத்தின் அடிப்படைகளைப் பரப்புகிறார். தன் தந்தை இறந்த செய்தி கேட்டதும் ஓர் உபதேசத்தை நிகழ்த்துகிறார். வாழ்வின் நிலையாமையைப் பற்றிய அலசலாக அந்த உரை விரிகிறது. உயிர்களிடத்தில் எவ்வாறு நாம் அன்பு செலுத்த வேண்டும் என்பதே ராமரின் அடிப்படை போதனையாக இருக்கிறது.

சமண ராமர் ஓர் இளவரசர். சிம்மாசனம் கிட்டாததால் அவர் ஏதுமற்றவராக மாறுகிறார். தன் மனைவி சீதையோடு காட்டில் வசிக்கும்போது ராணவன் வந்து சீதையைக் கவர்ந்து போகிறான். ராவணன் அசுரன் அல்ல, ராமனைப் போன்ற மனிதனே என்பதோடு ஒரு சமணத் துறவியும்கூட. ராமரும் ராவணனை அவ்வாறுதான் அழைக்கிறார். மற்றொரு பிரதியில் ராவணன் 'மேகவாஹனா' வம்சத்தின் அரசனாக இருக்கிறான். கரிசனத்தோடு குறிப்பிடப் படுகிறான். பொது ஆண்டு 1ஆம் நூற்றாண்டுக்கு முன்பு கார்வேஹா ஓடிசா கல்வெட்டுகளில் மேகவாஹனா என்னும் பெயர் இடம்பெற்றுள்ளது.

கதை இப்படி முடிகிறது. லட்சுமணன், சுக்ரீவன் இருவரின் உதவியோடு ராமர் சீதையை மீட்கிறார். ராவணன் லட்சுமணனால் (ஆம், ராமரால் அல்ல) கொல்லப்பட, இருவரும் நரகத்துக்குச் செல்கிறார்கள். ராமர் சமணத் துறவியாக மாறுகிறார். அவர் ஆன்மா மோட்சம் பெறுகிறது. சீதையும் சமணத் துறவியாக மாறி சொர்க்கத்தை அடைகிறார்.

சமண ராமாயணம் என்பது ஒற்றைப் பிரதியல்ல. மொத்தம் 16 விதமான சமண ராமாயணங்கள் இருக்கின்றன. அவற்றுள் பழமையானது, பிராகிருதத்தில் இயற்றப்பட்ட 'பௌமச்சரியம்'. இது போக, வைணவ வால்மிகி ராமாயணம் என்றொன்று இருக்கிறது. அது வால்மிகி ராமாயணத்திலிருந்து பல இடங்களில் வேறுபடுகிறது.

இதில் எது ராமரின் உண்மையான கதை? ராமர் இந்துவா, சமணரா, பௌத்தரா? பல வடிவங்களில் ராமரின் கதை உலவிக் கொண்டிருப்பதை அறிந்த ஒரு சமண ராமாயணம், இதுதான் அதிகாரபூர்வமான ராமாயணம் என்னும் அறிவிப்பைத் தொடக்கத்திலேயே வெளியிட்டுவிடுகிறது.

இந்தியாவில் மட்டுமல்ல, தென் கிழக்கு ஆசியாவிலும் பல்வேறு வடிவங்களில் ராமரின் கதைகள் நிலைபெற்றிருக்கின்றன. இதில் எதை ராமாயணமாக ஏற்பது? எது அதிக நம்பிக்கையாளர்களைக் கொண்டிருக்கிறதோ அதுவே உண்மையானது என்று சொல்ல முடியுமா? அப்படியானால் ராமரைச் சமணத் துறவியாக ஏற்பவர்களை நாம் புறக்கணித்துவிட வேண்டுமா? பௌத்தத்தைப் போதித்த ராமர் யார்? மலையாளத்தில் இஸ்லாமியப் பின்னணியில் எழுதப்பட்டுள்ள மாப்ளா ராமாயணத்தை என்ன செய்யப் போகிறோம்?

ஒரு வரலாற்றாசிரியரின் பணி, எது உண்மையான ராமாயணம் என்பதைக் கண்டறிந்து நிறுவுவது அல்ல. ராமர் யாருக்குரியவர் என்னும் கேள்விக்கு அவர் தீர்ப்பு வழங்க வேண்டிய தேவையில்லை. அவர் செய்ய வேண்டியதெல்லாம் ராமருக்கு ஒரு கதையல்ல, பல கதைகள் உள்ளன என்பதை விருப்பு வெறுப்பின்றி பதிவு செய்வதுதான். பிறகு ஒரு வடிவம் இன்னொன்றிலிருந்து எங்கே மாறுபடுகிறது, ஏன் என்பதை அவர் தெரிந்துகொள்ள முயல வேண்டும். எப்படிப்பட்ட பண்பாட்டுச் சூழலில் இருந்து ஒரு கதை உருவாகி வளர்கிறது, அந்தக் கதை எத்தகைய தாக்கத்தை சமூகத்தில் ஏற்படுத்துகிறது என்பதையும் அவர் ஆராய வேண்டும்.

ராமர் சூரியவம்சத்தைச் சேர்ந்தவர் என்கிறார் வால்மிகி. நாங்களும் சூரிய வம்சத்தைச் சேர்ந்தவர்கள்தான் என்று பிற்கால அரசர்கள் பலர் சொல்லிக்கொண்டனர். அரசவைக் கவிஞர்களை அமர்த்தி சில பாடல்களையும் எழுதி வாங்கிக்கொண்டனர். இந்தப் பாடல்கள் ஆதாரங்களாக வளர்ந்தன. நாங்கள் மேகவாஹனா வம்சத்தினர் என்று ராவணனைச் சொந்தம் கொண்டாடிய அரசு மரபும்

இருந்திருக்கிறது. கோண்டுகளில் சிலர் தங்களை 'ராவண வம்ச கோண்டுகள்' என்றும் நாங்கள் மற்றவர்களைவிட உயர்ந்தவர்கள் என்றும் சொல்லிக்கொள்கிறார்கள். அடையாளத்துக்காகவும் அதிகாரத்துக்காகவும் ஒரு கதை எவ்வாறு பயன்படுத்தப்படுகிறது என்பதை வரலாறு சுட்டிக்காட்ட வேண்டும் என்கிறார் ரொமிலா.

இதிகாசத்திலுள்ள தகவல்களை எப்படி ஆராய வேண்டும்? அனுமன் சீதையைக் காணச் செல்லும்போது கணையாழியை அடையாளத்துக்கு எடுத்துச் செல்கிறார். பொது ஆண்டு 2 அல்லது 3ஆம் நூற்றாண்டுக்கு முன்பு 'சிக்னெட் ரிங்' இந்தியாவுக்கு அறிமுகமாகியிருக்கவில்லை. இந்தோ கிரேக்கர்களிடமிருந்தே அது இங்கே வந்தது. அப்படியானால் இந்தப் பிரதியை 2ஆம் நூற்றாண்டுக்கு முன்பு கொண்டுசெல்ல முடியாது என்று சொல்ல முடியும் அல்லவா? ஹெச்.டி. சங்காலியா என்னும் புகழ்பெற்ற தொல்லியலாளர் இதை உறுதி செய்வதைச் சுட்டிக்காட்டுகிறார் ரொமிலா. ஒரு பிரதியின் காலத்தை யூகிப்பதற்கு அதிலுள்ள தகவல்கள் உதவிக்கு வருகின்றன.

சின்னச் சின்னச் சரடுகளைக் கோத்து உருவான ஒரு பெருங்கதையா ராமாயணம்? இந்தப் பெருங்கதை எப்போது காவியமாக மாறியது? காவியம் எந்தக் கட்டத்தில் புனித நூலாக மாறியது? விஷ்ணுவின் அவதாரமாக ராமர் உயர்ந்தது எப்போது? ராமாயணம் இன்று என்னவாக மாறியிருக்கிறது?

ராமாயணமும் (அதாவது, மதமும்) அரசியலும் ஒன்றிணையும் புள்ளியை மேலதிகக் கவனத்தோடு ஆராய்கிறார் ரொமிலா தாப்பர். இந்துத்துவ அரசியல் எவ்வாறு ராமஜென்ம பூமியை ஓர் இயக்கமாக மாற்றியது என்பதையும் எப்படி அது பாபர் மசூதி இடிப்பில் சென்று முடிந்தது என்பதையும் அவர் கவனப்படுத்துகிறார். ராமர் அயோத்தியில் பிறந்தார் என்பது எப்போது, எங்கே முதன் முதலில் குறிப்பிடப்பட்டிருக்கிறது என்பதை அவர் தேடிச் செல்கிறார். நம்பிக்கையை வரலாற்று ஆதாரமாக இந்துத்துவம் முன்னிறுத்துவதை ஒரு வரலாற்றாசிரியராக அவர் சான்றுகளோடு மறுக்க வேண்டியிருக்கிறது.

இறை நம்பிக்கை ஆதாரங்களைச் சார்ந்திருக்க வேண்டும் என்று எந்தக் கட்டாயமும் இல்லை. அதேபோல் வரலாறு நம்பிக்கையைச் சார்ந்திருக்க வேண்டும் என்றும் எதிர்பார்க்க முடியாது. வரலாற்றைக் கொண்டு நம்பிக்கை நியாயப்படுத்தப்படுவதை ஒருபோதும் அனுமதிக்க முடியாது என்கிறார் ரொமிலா.

மதத்தை எவ்வாறு ஆராய்வது?

மதம் என்பது தனித்திருக்கும் ஓர் அமைப்பு அல்ல. சமூகம், அரசியல், பொருளாதாரம் ஆகிய துறைகளோடு நுணுக்கமான உறவுகளை அது ஏற்படுத்திக்கொண்டிருக்கிறது. மதத்தை மேலோட்டமாக மட்டுமே அலசுவதும் புரிந்துகொள்ள முயல்வதும் பலனளிக்காது. பலவிதமான கோணங்களில் இருந்து மதத்தின் வரலாற்றை ஆராயவேண்டும். சமய வரலாறு என்னும் துறை மேற்குலகில் உள்ளதைப்போல் இங்கே இன்னமும் காலூன்றவில்லை என்கிறார் தாப்பர்.

உபநிடதத்தை எடுத்துக்கொள்வோம். இதுவரை இப்பிரதியை ஆராய்ந்தவர்களில் பெரும் பகுதியினர் தத்துவவியலாளர்களாக இருக்கிறார்கள். அடுத்து, மொழியியல், இலக்கணவியல் ஆகிய துறைகளைச் சார்ந்தவர்கள் ஆராய்ந்திருக்கிறார்கள். இவை எல்லாம் முக்கியம்தான். ஆனால், போதாது. உபநிடதம் என்பது குறிப்பிட்ட ஒரு காலத்தோடு பிணைந்திருக்கும் ஒரு பிரதி. எனவேவரலாற்று நோக்கில் இந்தப் பிரதியை ஆராய்வதற்கும் இடமிருக்கிறது என்கிறார் தாப்பர்.

உபநிடதம், தத்துவ விசாரணைகளின் தொகுப்பு மட்டுமல்ல. முற்கால சமூகத்தோடு அதற்கு நெருங்கிய உறவு இருந்திருக்கிறது.

ஒரு சமூக ஒழுங்கைக் கட்டமைக்க ஒரு கோட்பாடாக அது பயன்படுத்தப்பட்டிருக்கிறது. மத நம்பிக்கையோடு தொடர்புள்ள பிரதியாக மட்டும் உபநிடதத்தைப் பார்க்கவேண்டியதில்லை. நம்பிக்கையைக் கேள்விக்கு உட்படுத்தும் பணியையும் அது செய்திருக்கிறது. வேதம் சடங்குகளை வலியுறுத்தும் ஒரு பிரதியாக இருந்திருக்கிறது என்றால் உபநிடதம் சடங்குகளைக் கேள்விக்கு உட்படுத்தியிருக்கிறது.

வேதத்துக்கும் பௌத்தம் போன்ற புதிய பிரிவுகளுக்கும் இடைப் பட்ட காலத்தைச் சேர்ந்தது உபநிடதம். முந்தைய பிரதியான வேதத்தோடு சில இடங்களில் இது முரண்படுகிறது. சமகாலத்தின் தாக்கத்துக்கு உட்படுகிறது. பிற்காலத் தத்துவங்களுக்குச் சில வற்றை அளிக்கவும் செய்கிறது. ரொமிலா தாப்பர் உபநிடதத்தை ஆராயும்போது இந்த மூன்று பண்புகளையும் கணக்கில் எடுத்துக்கொள்கிறார் என்கிறார் பேராசிரியர் குணால் சக்ரவர்த்தி. 'ஒரு வரலாற்றாசிரியரின் பணி மாற்றத்தை ஆராய்வதுதான் என்பதையும் அவர் நமக்கு நினைவுபடுத்துகிறார்.'

19ஆம் நூற்றாண்டில் பாபர் மசூதி

வேதச் சடங்குகளிலிருந்து விலகி நிற்பதால் உபநிடதத்தை ஒரு வகையான 'பகுத்தறிவுவாத இயக்கமாகவும்' பார்க்க இயலும் என்கிறார் குணால் சக்ரவர்த்தி. அழிவற்ற ஆன்மா, மறுபிறப்பு, பழிவாங்குதல் ஆகியவற்றையும் உபநிடதம் விவாதிக்கிறது. நம் புலன்களால் உணர முடியாத உண்மை என்றொன்று உள்ளதா? அந்த உண்மையைத் தியானம் உள்ளிட்ட வழிமுறைகளால் அடைய முடியுமா என்று உபநிடதம் ஆராய்கிறது.

வேதம் போலன்றி உபநிடதம் தனிமனிதனையும் அவன் அடைய விரும்பும் அழிவற்றத் தன்மையையும் பேசுகிறது. மீண்டும் மீண்டும் நிகழும் பிறப்பிலிருந்தும் மரணத்திலிருந்தும் விடுபட்டு மோட்சத்தை அடைய விரும்பும் தனிமனித முயற்சிகள்மீது உபநிடதம் ஆர்வம் கொண்டிருக்கிறது. மந்திரங்கள், சடங்குகள் ஆகியவற்றில் அதற்கு அக்கறை இல்லை. மறைபொருளே அதன் மையமாக இருக்கிறது.

உபநிடதத்தை மட்டுமல்ல, அனைத்துப் பிரதிகளையும் வரலாற்று நோக்கில் விரித்து ஆய்வுக்கு உட்படுத்தவேண்டும் என்கிறார் தாப்பர். அதை அவர் எவ்வாறு செய்கிறார் என்று பார்ப்போம். வேத காலத்தில் பலியிடும் வழக்கம் இருந்தது. இது பலரும் பலரால் சுட்டிக்காட்டப்பட்ட ஒன்றுதான். இந்தச் சடங்கு எவ்வாறு

நிகழ்த்தப்படுகிறது, அதன் பின்னணியில் என்னென்ன சமூக மாற்றங்கள் ஏற்படுகின்றன, அந்த மாற்றங்கள் எவ்வாறு சடங்கில் கலந்துகொள்பவர்களிடம் தாக்கத்தை ஏற்படுத்துகிறது என்பதை தாப்பரின் எழுத்துகளிலிருந்து சுருக்கமாகப் பார்க்கலாம்.

பலியிடும் சடங்கில் இருவர் பங்கேற்கின்றனர். சடங்கை நிறை வேற்றுபவர், சடங்கைச் செய்துவைப்பவர். சடங்கை நிறை வேற்றுபவர் சத்திரியராகவும் நடத்தி வைப்பவர் பிராமணராகவும் இருக்கிறார். பிராமணரின் வழிகாட்டுதலின்பேரில் சத்திரியர் பலியிடுதலை நிறைவேற்றுகிறார். பலி கொடுப்பதன்மூலம் தனது வேண்டுதல் கடவுளைச் சென்றடையும் என்று அவர் நம்புகிறார். வரம் வாங்கிக்கொடுக்கும் பிராமணரை அவர் மிகவும் மதிக்கிறார்.

காலம் செல்லச் செல்ல பலவிதமான சமூக மாற்றங்கள் நிகழ்கின்றன. குறிப்பாக, பொருளாதாரத் தளத்தில் இந்த மாற்றம் புலப்படுகிறது. சத்திரிய வம்சத்தினர் புதிய நிலங்களை நிர்வகிக் கின்றனர். கால்நடை வளர்ப்பு மறைந்து, வேளாண்மை பிரதான தொழிலாக மலர்கிறது. சத்திரியர்கள் அதிகாரம் மிக்கவர்களாக மாறுகிறார்கள். யாருடைய ஆட்சியின்கீழ் நிலம் இருக்கிறதோ அவருடைய வம்சத்தின் பெயரே நிலத்துக்கும் வழங்கப்படுகிறது.

பலியிடும் நிகழ்வைப் பயன்படுத்தி சத்திரியர் தன்னுடைய பலம், அதிகாரம் ஆகியவற்றை நிலைநிறுத்துகிறார். நான் என்னோடு போட்டியிடும் மற்றவர்களைவிட உயர்ந்தவன் என்பதைத் தன்னுடைய பலி பொருள்கள் மூலம் அனைவருக்கும் நிரூபிக்கிறார். என்னிடம் உள்ள செல்வத்தை என்னால் நெருப்பிலிட்டு அழிக்கமுடியும் என்று பெருமிதம்கொள்கிறார். இவ்வளவு செல்வத்தை ஒருவர் பலி கொடுத்து அழிக்கிறார் என்றால், அவர் நிச்சயம் அதிகாரமிக்கவராகத்தான் இருக்க வேண்டும் என்று மற்றவர்களும் ஏற்றுக்கொள்கின்றனர்.

ஆனால், இந்த வழக்கத்தை நீண்ட காலம் சத்திரியர்களால் தொடர முடியவில்லை. பலிகள் செல்வத்தைக் கொஞ்சம் கொஞ்சமாக அழிக்கின்றன என்பதை அவர்கள் ஒரு கட்டத்தில் புரிந்து கொள்கிறார்கள். சடங்கைத் தொடர்வதா அல்லது வழக்கத்தை மாற்றிக்கொள்வதா என்னும் கேள்வி அவர்களுக்கு எழுகிறது.

வேளாண்மைக்குத் தொழிலாளர்கள் தேவைப்பட்டார்கள். வர்ணமுறையைச் சமூகத்தில் நிலைநாட்டுவதன் மூலம் தொழிலாளர்கள் தடையின்றி கிடைப்பதை உறுதிசெய்துகொள்ள முடியும் என்பது புரிகிறது. கங்கைப் பகுதிக்கு மத்தியில் இருந்த

காடுகளும் சதுப்புநிலங்களும் புதிய இரும்புக் கருவிகளால் வேளாண்மைக்காகவும் குடியிருப்புகளுக்காகவும் அழிக்கப் படுகின்றன. குடியிருப்புகள் பெருகும்போது நகரங்கள் உருவாகின்றன. சத்திரியர்கள் விளைச்சலிலிருந்து ஒரு பகுதியைத் தங்களுடைய பங்காகப் பெற்றுக்கொள்கின்றனர். பின்னர் இது வரியாக மாறுகிறது. செல்வம் குவியத் தொடங்குகிறது. பேரரசுகள் உருப்பெற ஆரம்பிக்கின்றன.

செல்வத்தைப் பாழாக்கும் சடங்குகளைத் தொடரவேண்டுமா என்னும் கேள்வி இன்னொரு கேள்விக்கு இட்டுச் செல்கிறது. இத்தகைய சடங்குகளை முன்வைக்கும் வேதத்தை இனியும் உயர்த்திப் பிடிக்கத்தான் வேண்டுமா? சடங்குகள் மூலம் பெறவேண்டிய பலன்களை வேறு வகையில் பெற முடியாதா?

இந்தச் சிந்தனையோட்டம் மாற்று நம்பிக்கைகளுக்கான பாதைகளைத் திறந்துவிடுகிறது. பலியிடாமலேயே தத்துவ விசாரணைகள் மூலமும் மெய்ஞானத்தைப் பெறுவது சாத்தியம் என்பதைக் கண்டறிகிறார்கள். பலி கொடுக்கும் சடங்குகளிலிருந்து விலக ஆரம்பிக்கின்றனர். சடங்குகள் குறையும்போது அவற்றை முன்னின்று நடத்தி வைக்கும் பிராமணர்களுக்கான தேவையும் குறைகிறது. பலியிடும் வழக்கம் மறையும் இடத்தில் செல்வம் தழைக்கிறது.

இந்தச் செல்வத்தை வைத்து அரசு எனும் அமைப்பைச் சத்திரியர்கள் உருவாக்கத் தொடங்குகிறார்கள். அதிகாரம் கைக்குவந்து சேர்கிறது. இனியும் பிராமணர்களை நாடவேண்டிய அவசியம் இல்லாமல் போகிறது. செல்வம் யாரிடம் இருக்கிறதோ அவர்களிடமே அதிகாரமும் இருக்கும் என்பதால் சத்திரியர்களின் முக்கியத்துவம் சமூகத்தில் உயர்கிறது.

இப்படியாக ஓர் எளிய சடங்கிலிருந்து தொடங்கி பல்வேறு அம்சங்களை இணைத்து ஒரு விரிந்த சித்திரத்தைத் தாப்பர் அளிக்கிறார். சமயத்தைத் தனியாக ஆராயாமல் பொருளா தாரத்தோடும் சமூகவியலோடும் வரலாறோடும் சேர்த்துப் புரிந்துகொள்ள முயன்றதால் மட்டுமே சாத்தியமான சித்திரம் இது.

11. இந்து மதம் கண்டுபிடிக்கப்பட்ட கதை

ஆவணங்களும் பிரதிகளும் பயனுள்ளவை, மறுப்பதற்கில்லை. ஆனால், எல்லா அறிவும் நூலகத்துக்குள்தான் அடங்கியிருக்கிறது என்று நினைப்பது தவறு என்கிறார் தாப்பர். ஆய்வோடு தொடர்புடைய இடங்களுக்கு நேரில் செல்லவேண்டும். கள ஆய்வுகள் மேற்கொள்ளவேண்டும். இந்தியாவில் கால் பதிக்காமலேயே இந்தியா பற்றிய பல 'அதிகாரப்பூர்வமான' நூல்களை ஐரோப்பியர்கள் உருவாக்கிவிட்டனர்.

எல்லோரும் ஒன்று என்று சொல்வதற்கில்லை. ஜேம்ஸ் பிரின்ஸெப் போன்றவர்கள் களத்தில் இறங்கிப் பணியாற்றினர் என்றால் மாக்ஸ் முல்லர் தன் அறைக்குள் அமர்ந்துகொண்டே இந்தியாவை ஆராய்ந்தார். ஜேம்ஸ் மில்லும்தான். நேரில் செல்ல முடியவில்லை என்பதை அவர்கள் ஒரு குறையாகக்கூட கருதவில்லை என்பதுதான் இங்கே முக்கியமானது. இந்தியா போன்ற ஒரு நாட்டைப் புரிந்துகொள்ள நூலகம் போதும். கள ஆய்வு செய்யவேண்டிய அளவுக்கு அங்கே பெரிதாக எதுவுமில்லை என்னும் சிந்தனையோடு அவர்கள் இயங்கியிருக்கிறார்கள். இந்தியா மட்டுமல்ல, லண்டனில் அமர்ந்துகொண்டு உலகிலுள்ள எந்தவொரு நாட்டைப்

பற்றியும் எல்லாம் தெரிந்துவிட்டதுபோல் கருத்துச் சொல்ல முடியும் என்று அவர்கள் நம்பியிருக்கிறார்கள் என்கிறார் தாப்பர்.

இந்நிலை பின்னர் மாறியது. இந்தியா பிற்போக்கான, பழமைவாத, தேங்கிப்போய்விட்ட ஒரு நாடு என்னும் கருத்து நேர் எதிர்நிலைக்கு மாறி, இந்தியா ஓர் அதிசயப் பொருள் என்று கருதுபவர்கள் பெருக ஆரம்பித்தனர். வில்லியம் ஜோன்ஸ் போன்றவர்கள் இங்குள்ளவர் களோடு உரையாடி தரவுகள் சேகரித்தனர்.

ஆனால், இங்கும் ஒரு பிரச்சினை ஏற்பட்டது. பண்டிதர்கள் என்று அறியப்பட்டவர்களோடு அமர்ந்து விவாதித்தனர், குறிப்புகள் எடுத்தனர், ஆய்வு செய்தனர். பழங்காலப் பிரதிகளுக்குப் பண்டிதர்கள் அளித்த விளக்கங்களைக் கவனமாகச் சேகரித்துப் பதிவுசெய்தனர். ஆனால், பண்டிதர்களின் நிலைப்பாடு என்ன, அவர்கள் ஏன் ஒரு பிரதியைக் குறிப்பிட்ட வகையில் விளக்கு கின்றனர் போன்ற கேள்விகளை அவர்கள் எழுப்பியதாகத் தெரிய வில்லை. பண்டிதர்கள் பயிற்சி பெற்றவர்கள், அவர்கள் சொல்வது சரியாகவே இருக்கும் என்று எடுத்துக்கொண்டனர். இதனால் காலனிய ஆய்வாளர்கள் உருவாக்கிய படைப்புகளும் மொழி பெயர்ப்புகளும் சமூக அடுக்கில் உயர்நிலையில் இருந்த பிராமணர் களின் பார்வையையே கொண்டிருந்தது. அந்தப் பார்வை மட்டுமே சரியானது அல்லது அது மட்டுமே அதிகாரப்பூர்வமானது என்னும் நம்பிக்கை வலுப்படுவதற்கும் இது உதவியது என்கிறார் தாப்பர்.

இந்தியாவில் எத்தகைய சட்ட திட்டங்கள் நிலவுகின்றன என்று தெரிந்துகொள்ள விரும்பிய காலனி அதிகாரிகள், பண்டிதர்களின் துணை கொண்டு தர்ம சாஸ்திரத்தைக் கண்டடைந்தனர். அந்தப் பிரதிதான் இந்தியாவின் சட்ட நூல் என்று முடிவுசெய்து, அதை மொழிபெயர்த்துப் பரவலாக எடுத்துச் சென்றனர். இந்தியர்கள் அனைவரும் தர்ம சாஸ்திரத்தைத்தான் தங்கள் அன்றாட வாழ்வில் கடைப்பிடிக்கின்றனரா, அது ஒன்றுதான் இங்கே அதிகாரப் பூர்வமான சட்ட நூலா போன்ற கேள்விகளை அவர்கள் எழுப்பவேயில்லை.

ஒரு பிரதி வெற்றிடத்தில் தோன்றுவதில்லை. சமூகத்தின் ஒரு பகுதி அது. மக்களை ஆராயாமல் பிரதியை மட்டும் கத்தரித்து எடுத்து ஆராய்வது குறை புரிதலையே ஏற்படுத்தும். பிரதிகளை வழிபடும் பண்பாட்டுப் பின்புலத்தைச் சேர்ந்தவர்கள் என்பதால் காலனி அதிகாரிகள் இதை உணரவேயில்லை. இந்தியா பிரதிகளுக்கு முக்கியத்துவம் கொடுக்கும் நிலமல்ல என்பதையோ இந்தியா

முழுமைக்கும் பொருந்தும் பிரதியென்றொன்று கிடையாது என்பதையோ அவர்கள் அறிய முடியவில்லை. ஒரு சிறு பிரிவினரிடம் மட்டும் உரையாடி, சில இடங்களை மட்டும் கண்டு, சில விளக்கங்களை மட்டும் சேகரித்து இதுதான் இந்தியா என்று அவர்கள் தீர்மானமாக முடிவுகட்டிவிட்டனர். இந்து மதம் என்பதும்கூட இவ்வாறு கட்டமைக்கப்பட்டதுதான்.

இந்து மதமும் பன்மைத்துவமும்

கிறிஸ்தவம், இஸ்லாம், யூத மதம் ஆகிய மூன்று பெரிய மதங்களும் செமிட்டிக் மதங்கள் என்று அழைக்கப்படுகின்றன. (ஆப்ரோ-ஆசிய மொழிக்குடும்பத்தைச் சேர்ந்த ஹீப்ரு, அராமைக், அரபு உள்ளிட்டவை செமிட்டிக் மொழிகள். அம்மொழி மக்களின் மதங்கள் செமிட்டிக் மதங்கள்). மூன்றும் ஆபிரகாமைப் பிதாவாக ஏற்றுக்கொண்டவை என்பதால் ஆபிரகாமிய மதங்கள் என்றும் இவை அழைக்கப்படுகின்றன. இந்தியாவை ஆராய்ந்த காலனி அதிகாரிகளும் ஆய்வாளர்களும் செமிட்டிக் மதப் பின்னணி கொண்டவர்களாக இருந்தனர். எனவே அதே கண்ணோட்டத்தோடு இந்தியாவை ஆராய்ந்து 'இந்து மதம்' என்றொன்றை இங்கே கண்டுபிடித்தனர் என்கிறார் தாப்பர்.

ஆனால், இந்தியாவில் இந்து மதம் என்னும் ஒற்றைப் பிரிவு தொடக்கத்திலிருந்து இருந்ததில்லை. பல்வேறு நம்பிக்கை களையும் பல்வேறு சடங்குமுறைகளையும் கொண்ட 'இந்து மதங்களே' இங்கே இருக்கின்றன. செமிடிக் மதங்கள்போல் ஒற்றைத்தன்மை கொண்டதல்ல இந்து மதம். இருந்தாலும் அப்படியொன்று இங்கே வலிந்து கண்டுபிடிக்கப்பட்டது. இந்து என்பது நிலத்தைக் குறிக்கும் சொல். ஓரெல்லைவரை பண்பாட்டைக் குறிக்கும் சொல்லும்கூட. மதத்தைக் குறிக்கும் சொல்லாக இந்து மாறியது 19ஆம் நூற்றாண்டில்தான்.

வேத காலத்தில் இந்திரன், மித்திரன், வருணன், அக்னி போன்ற குறிப்பிட்ட கடவுளர்கள் இருந்தனர். வேதத்துக்கு உயர்ந்த இடம் அளிக்கப்பட்டிருந்தது. கடவுளின் அருளைப் பெறுவதற்குச் சடங்குகள் இன்றியமையாதவையாகக் கருதப்பட்டன. அதை நடத்தி வைக்கும் பிராமணர்கள் உயர்வான இடத்தைப் பிடித்திருந்தனர். சமஸ்கிருதத்தில் இயற்றப்பட்ட வேதங்களை அவர்கள் மட்டுமே அறிந்து வைத்திருந்தனர். உருவ வழிபாடு பிரதானமானதாக இல்லை. வேத காலத்தில் கோயில்கள் இல்லை. பிராமண மதம் என்றே அது அழைக்கப்பட்டுவந்தது.

ஜேம்ஸ் பிரின்ஸெப் வரைந்த ஓவியம்

வேத மேன்மையையும் பிராமண மரபையும் எதிர்த்து சிரமணப் பிரிவினர் தனி மதங்களைத் தோற்றுவித்தனர். பௌத்தர்களும் சமணர்களும் ஆசீவகர்களும் சார்வாகர்களும் மாற்றுக் கோட்பாடு களையும் துறவு போன்ற மாற்று வாழ்க்கை முறைகளையும் முன்வைத்தனர். பிராமணர்கள் உயர்த்திப் பிடித்த வேதங்களையும் தர்மசாஸ்திரங்களையும் விடுத்து இவர்கள் புதிய தத்துவ விசாரணைகளில் இறங்கினர். திருவுரு, வழிபாடு, சடங்கு, ஆன்மா போன்றவை மறுக்கப்பட்டன. பிராமணர்களும் சிரமணர்களும் எலியும் பூனையும்போலவும் பாம்பும் கீரியும்போலவும் இருந்ததாக சமஸ்கிருத இலக்கணம் வகுத்த பதஞ்சலி குறிப்பிடுகிறார்.

புராணங்களையும் புராணக்கடவுள்களையும் மையப்படுத்தி தோன்றிய பிரிவுகள் பிராமண மதத்திலிருந்து மாறுபட்டிருந்தன. இவற்றைப் புராண இந்து மதம் என்று சிலர் அழைக்கின்றனர். பிராமணர்களுக்கு வேதம் எப்படியோ அப்படி இவர்களுக்குப் புராணங்கள்.

இங்கிருந்து பக்தி மரபு தோன்றியது. பொஆ 7ஆம் நூற்றாண்டு தொடங்கி சைவம், வைணவம், சாக்தம் (சக்தி வழிபாடு) போன்ற

கேசி எனும் குதிரை அரக்கனுடன் போரிடும் கிருஷ்ணர்,
5ஆம் நூற்றாண்டு

பிரிவுகள் மிகுந்த வரவேற்பைப் பெற ஆரம்பித்தன. ஆழ்வார்களும் நாயன்மார்களும் பக்தி இலக்கியங்களை உருவாக்கினார்கள். சைவ சித்தாந்தம் தனித்துவமான அடையாளங்களோடு முன்னெடுக்கப் பட்டது. வீர சைவர்கள் என்றும் லிங்காயத்துகள் என்றும் அழைத்துக்கொண்ட மக்கள் தனிப்பாதையில் நடைபோட்டனர்.

வேத பிராமண மதம் என்பது உயர் சாதி மதமாக இருந்ததால் அதைப் பின்பற்றுபவர்கள் எண்ணிக்கையளவில் குறைவானவர்களாக இருந்தனர். பெருவாரியான மக்கள் பக்தி மரபுகள் வழியிலான இந்து மதத்தைப் பின்பற்றினர். மகாராஷ்டிரத்தில் ஞானேஸ்வரரும் துக்காராமும் பக்தி மரபைத் தொடங்கிவைத்தனர். கபீர், சூர்தாஸ், பக்த மீரா, துளசிதாசர் போன்றோர் இந்தி பேசும் நிலங்களிலும் சைதன்யர், சங்கரதேவர் போன்றோர் கிழக்கிலும் இந்த மரபுக்கு வலுவூட்டியதோடு பெருவாரியான மக்களிடம் இந்து மதத்தை எடுத்துச் சென்றனர்.

பக்தி மரபு வேத பிராமண மரபிலிருந்தும் சிரமண மரபிலிருந்தும் மாறுபட்டிருந்தது என்பதோடு கொள்கையளவிலான முரண் களையும் கொண்டிருந்தது. வேதங்களின் மேன்மையை ஏற்க வேண்டுமா, ஆன்மா உண்டா, மறுபிறப்பு உண்டா, கடவுளை அடைய பிராமணர்களின் உதவியும் சடங்குகளும் தேவையா, சமஸ்கிருதம் மட்டும்தான் கடவுளின் மொழியா, சாதிப் பாகுபாடு தேவையா, தீண்டாமை வேண்டுமா போன்ற கேள்விகளை இப்பிரிவினர் எழுப்பி, விவாதித்தனர். கபீரும் குருநானக்கும் சூஃபியிசத்தை இந்து மதத்துக்குள் புகுத்தினர்.

வேத கால கடவுள்களின் இடத்தை சிவனும் விஷ்ணுவும் துர்கையும் இன்ன பிறரும் பிடித்துக்கொண்டனர். வேத கால சடங்குகள் மறைந்து புதிய சடங்குமுறைகள் தோன்றின. சடங்குகள் வேண்டாம் என்றவர்களும் இருந்தனர். இத்தனை பிரிவுகளையும் நம்பிக்கைகளையும் கோட்பாடுகளையும் கடவுள்களையும் கொண்டிருப்பவர்களை எப்படி ஒரே குடைக்குள் கொண்டு வரமுடியும் என்று வியக்கிறார் தாப்பர்.

பக்தி மரபுகளோடு இந்து மதம் நின்றுவிடவில்லை. ஆரிய சமாஜம், பிரம்ம சமாஜம் என்று தொடங்கி வெவ்வேறு பிரிவுகள் தோன்றின. அவர்கள் பக்தி மரபினரிடமிருந்தும் மாறுபட்டிருந்தனர். இவை போக, பழங்குடி மக்கள் தங்கள் மரபுகளின்படி வழிபாட்டு முறைகளைத் தொடர்ந்துகொண்டிருந்தனர். மிலேச்சர்கள் என்று அழைக்கப்பட்ட அவர்களைச் சக இந்துக்களாக மற்றவர்கள் ஏற்பார்களா என்பது சந்தேகம்தான். இவர்களுடைய கடவுளர்கள் வேத மரபுகளிலோ பக்தி மரபுகளிலோ பிற இந்து மரபுகளிலோ காணக்கிடைக்காதவர்கள்.

இம்மக்களின் சடங்குகள் 'இந்து மதச் சடங்குகள்' எனும் பிரிவுக்குள் ஒருபோதும் வருவதில்லை. இவர்களுடைய கடவுள்களைப் பிற இந்துக்கள் கடவுள்களாக ஏற்றுக்கொள்ளவோ அங்கீகரிக்கவோ முன்வருவதில்லை. சாராயத்தைச் சாமிக்குப் படைக்கும் இவர்கள் சடங்கை இந்துக்கள் ஏற்றுக்கொள்வார்களா? மக்கள் தொகைக் கணக்கெடுப்பிலும் இன்னபிற அலுவல் ஆவணங்களிலும் இவர்கள் இந்துக்கள் என்று குறிப்பிடப்பட்டாலும் இந்துக்கள் இவர்களை நம்மவர்கள் என்றா கருதுகிறார்கள்?

வேத மரபு முதல் பழங்குடி மரபுவரை எண்ணற்ற மரபு களையும் பண்பாடுகளையும் மொழிகளையும் நம்பிக்கைகளையும் வழிபாட்டுமுறைகளையும் சடங்குகளையும் கொண்டிருக்கும்

இந்து மதங்களை எவ்வாறு ஒரு பொட்டலத்துக்குள் அடக்குவது? செமிடிக் மதங்களுக்குள்ளும் பிரிவுகள் இருக்கின்றன என்றாலும் அந்தப் பிரிவுகளைச் சேர்ந்தவர்கள் ஒரே புனித நூலை ஏற்றுக்கொண்டவர்கள். இந்து மதத்தில் அப்படியொரு பொதுவான புனித நூல் கிடையாது. வேதம், உபநிடதம், கீதை போன்றவற்றைப் போற்றுபவர்களோடு சேர்த்து இதுவரை இந்தப் பிரதிகளை எல்லாம் பார்வையிடாதவர்களும்கூட இந்து மதத்துக்குள்தான் இருக்கிறார்கள்.

காலனி அதிகாரிகளால் இந்த வேறுபாடுகளை விளங்கிக்கொள்ள முடியவில்லை அல்லது விரும்பவில்லை. எனவே இஸ்லாம் போல், கிறிஸ்தவம்போல், யூத மதம்போல் இந்து மதத்தைக் குறுக்கிக் கட்டமைக்கும் முயற்சிகளை அவர்கள் தொடங்கினார்கள் என்கிறார் தாப்பர். பரந்துபட்டிருக்கும் நம்பிக்கைகளிலிருந்து சிலவற்றை, பரந்துபட்ட பண்பாட்டு வடிவங்களிலிருந்து சிலவற்றை, ஏராளமான மொழிகளிலிருந்து ஒன்றை, பலவிதமான வழிபாட்டு முறைகளிலிருந்து சிலவற்றை மட்டும் ஒன்று திரட்டினார்கள். வேதம், உபநிடதம், இதிகாசம், புராணம், கீதை என்று சமூகத்தின் மேல் அடுக்குகளில் இருந்தவர்கள் பரிந்துரைத்த பிரதிகள் மட்டும் தேர்ந்தெடுக்கப்பட்டன. அனைத்தையும் உருட்டி, திரட்டி 'இந்துயிஸம்' எனும் மதம் உருவாக்கப்பட்டது. அந்த மதம் ஒற்றைக்கல் சிற்பம் போல் ஒற்றைத்தன்மை மட்டும் கொண்டதாக மாற்றப்பட்டது என்கிறார் தாப்பர்.

12. சகுந்தலையும் சோமநாதரும்

ராமர் மட்டுமல்ல சகுந்தலையும் வெவ்வேறு வடிவங்களில் வாழ்ந்துகொண்டிருப்பதைக் கண்டறிகிறார் ரொமிலா தாப்பர்.

சசகுந்தலை வரலாற்றுப் பெண்ணல்ல, கற்பனை பாத்திரம். இதிகாசத்தில் முதல் முதலாக நாம் ஒரு சகுந்தலையைக் காண்கிறோம். காளிதாசரிடம் இருந்து வேறொரு சகுந்தலை வெளிப்படுகிறார். காளிதாசரின் சகுந்தலை பிரிட்டிஷாரை வெகுவாகக் கவர்ந்துவிடுகிறது. அவர்கள் சகுந்தலையை ஆங்கிலத்துக்குக் கொண்டுசெல்கிறார்கள். அவ்வாறு கொண்டு செல்லும்போது அவர்கள் சகுந்தலையின் சில பண்புகளை மாற்றுகிறார்கள்.

ஒரு பெண்ணின் பிம்பம் எப்படியெல்லாம் உருமாறுகிறது? ஏன் அவ்வாறு உருமாற வேண்டும் என்பதை நான் தெரிந்துகொள்ள விரும்பினேன் என்கிறார் ரொமிலா தாப்பர். சகுந்தலை என்னும் கற்பனைப் பாத்திரத்தை ஒரு பிரதியிலிருந்து இன்னொன்றுக்கு அப்படியே கொண்டு செல்லாமல் அதில் ஏன் மாற்றங்களை ஏற்படுத்த வேண்டும் என்று ஒருவர் விரும்ப வேண்டும்?

சாகுந்தலம்

இது வெறும் பிரதி மாற்றம் மட்டுமா அல்லது சிந்தனை மாற்றமுமா? ஆம் எனில் பிரதியில் மாற்றத்தை ஏற்படுத்திய குறிப்பிட்ட ஓர் ஆசிரியரின் சிந்தனையை மட்டும் நாம் கவனம் கொடுத்துப் பார்க்க வேண்டுமா அல்லது அந்த ஆசிரியரை அவர் வாழ்ந்த சமூகத்தின் பிரதிநிதியாகக் கொண்டு அந்தச் சமூகத்தின் சிந்தனையோட்டமாக அதை ஆராய வேண்டுமா?

இந்த முறையியலைக் கொண்டு ரொமிலா தாப்பர் சகுந்தலையை ஆராயும்போது புதிய வெளிச்சங்கள் நமக்குக் கிடைக்கின்றன. ஒரு சகுந்தலை இனக்குழு சமூகத்தின் சிந்தனையோட்டத்தைப் பிரதிபலிக்கிறார் என்றால் இன்னொரு சகுந்தலை சாதிய சமூகத்திலிருந்து உதித்து வந்தவராக இருக்கிறார். பிரிட்டிஷாரின் கரங்களிலிருந்து வெளிப்படும் சகுந்தலை நவீன மதிப்பீடுகளுக்கு உட்பட்டவராக இருக்கிறார்.

ஓர் இலக்கியப் பிரதிக்குள் அனுபவமிக்க வரலாற்றாசிரியர் புகுந்து வெளிப்படும்போது என்ன மாயம் நிகழ வேண்டுமோ அது ரொமிலா தாப்பரின் ஆய்வில் நிகழ்கிறது. ஒரு சமூகம் ஒரு பெண்ணை எப்படிப் பார்க்கிறது, எப்படி அவளை மதிப்பிடுகிறது என்பதை ரொமிலாவின் சகுந்தலையிலிருந்து ஒருவர் புரிந்து கொள்ள முடியும்.

சோமநாதர் சர்ச்சைகள்

ரொமிலா தாப்பரின் சோமநாதர் நூலைச் சகுந்தலையோடு இணைத்துப் பார்க்க முடியும். சகுந்தலையின் வெவ்வேறு வடிவங்களை அருகருகில் நிறுத்தி ஆராய்வதைப் போல் சோமாநார் கோயில் பற்றிய வெவ்வேறு வரலாற்றுத் தரவுகளை அருகருகில் நிறுத்தி ஆராய்கிறார் ரொமிலா. முதலாவது ஓர் இலக்கியப் பாத்திரம் என்றால் இரண்டாவது ஒரு வரலாற்று நிகழ்வு.

இந்து முஸ்லிம் விரோதத்துக்கு ஒரு வரலாற்றுத் தொடர்ச்சி இருக்கிறது என்பதற்கு ஆதாரமாக 1026ஆம் ஆண்டு முகமது கஜினி குஜராத்திலுள்ள சோமநாதர் கோயிலைக் கொள்ளையடித்ததையும் சின்னாபின்னமாக்கியதையும் பலரும் அழுத்தமாகச் சுட்டிக் காட்டுகிறார்கள். இந்தச் சம்பவம் இந்துக்களின் கூட்டு மனசாட்சியைப் பாதித்துவிட்டது என்றும் இஸ்லாமியர்கள் இன்றளவும் வெறுக்கப்படுவதற்குப் பிரதான காரணம் இந்தச் சம்பவமே என்றும் வாதிடப்படுகிறது. இந்த வாதத்துக்கு வலு சேர்க்க பாரசீக, துருக்கியத் தரவுகள் எடுத்தாளப்பட்டன.

இது எந்த அளவுக்கு உண்மை? முகமது கஜினி குஜராத் வந்ததையோ சோமாநாதா கோயிலைக் கொள்ளையடித்ததையோ ரொமிலா தாப்பர் மறுக்கவில்லை. அவர் நோக்கம் வரலாற்றுத் தவறுகளுக்கு வெள்ளையடித்து மாற்று வரலாற்றைப் புனைவது அல்ல. ஆனால், இந்து முஸ்லிம் விரோதத்துக்கு இந்நிகழ்ச்சியே காரணம் என்று சொல்லப்படுவது சரிதானா? இந்துக்களும் இஸ்லாமியர்களும் எதிரெதிர் நின்று மோதிக்கொள்ளும் போக்கு வரலாற்றில் தொடர்ச்சியாக இருந்து வந்திருக்கிறதா?

இந்தக் கேள்விகளுக்கு விடை காண சோமாநாதா குறித்து வேறு என்னென்ன தரவுகள் இருக்கின்றன என்று தேடத் தொடங்கினார் ரொமிலா தாப்பர். அவ்வாறு தொடங்கியபோது ஏராளமான சமஸ்கிருதக் கல்வெட்டுகள் அவர் பார்வைக்கு வந்தன. இந்தக் கல்வெட்டுகள் பலரால் பார்வையிடப்பட்டவைதாம் என்றாலும் சோமநாதரை மனதில் கொண்டு இவற்றை யாரும் அணுகவில்லை. மேலும் சாளுக்கியர்கள் குறித்தும் குஜராத் மன்னர்கள் குறித்தும் சமணப் பதிவேடுகள் இருந்தன. இவை போக, வாய்மொழி வரலாறையும் இணைத்துக்கொண்டார்.

சோமநாதர் கோயில் கொள்ளை நிகழ்வுக்கு முன்பு என்னவெல்லாம் நடந்தது, அதன்பின் என்ன நடந்தது என்பதற்கு 10ஆம் நூற்றாண்டு முதல் 20ஆம் நூற்றாண்டு வரை குறிப்பிடத்தக்க தரவுகள் கிடைத்தன. ரொமிலா அவற்றையெல்லாம் தொகுத்துக் கொண்டார். சோமநாதர் பற்றிப் பேசுபவர்கள் ஏன் இந்தத் தரவுகளையெல்லாம் எடுத்துக்கொள்ளவில்லை? ஏன் அவர்கள் பாரசீக, துருக்கியத் தரவுகளை மட்டும் முன்னிறுத்துகிறார்கள்?

காரணம் வெளிப்படையானது. இந்தக் குறிப்புகள்தான் முகமது கஜினியின் கொள்ளைகளை விரிவாக விவரிக்கின்றன. யார் கொள்ளையடித்தார்களோ அவர்களே தங்கள் வாயால் குற்றத்தை ஒப்புக்கொள்ளும்போது மேற்கொண்டு இதில் தேடுவதற்கு என்ன இருக்கிறது?

ஆனால், இந்த அணுகுமுறையில் பல சிக்கல்கள் இருக்கின்றன என்கிறார் ரொமிலா. ஒரு நிகழ்வை ஆய்வுக்கு எடுத்துக் கொள்ளும்போது அது தொடர்பான அனைத்து தரவுகளையும் நாம் திரட்டியெடுக்க வேண்டும். நமக்குத் தேவையான ஓர் ஆதாரம் கிடைத்தவுடன் தேடலை நிறுத்திவிடக் கூடாது. சாத்தியமாகக் கூடிய எல்லாத் திசைகளிலும் தேடலை விரிவுபடுத்திக்கொண்டே போக வேண்டும். நாம் வந்தடைய விரும்பும் முடிவுக்குச்

சோமநாதர் கோயில் சிதிலங்கள், 1869

சாதகமானவற்றை மட்டும் தேர்ந்தெடுத்து அதை மட்டும் ஆதாரமாக உயர்த்திக் காட்டும் அரைகுறை அணுகுமுறை தவறான புரிதலுக்கே வழிவகுக்கும்.

சோமநாதர் கோயிலில் நடந்தது அதுதான். முகமது கஜினி கோயிலை நாசப்படுத்தினாரா என்றால் ஆம். அவர் கோயிலைச் சின்னாபின்னமாக்கி அழித்தொழித்தாரா என்றால் அதற்கு ஆதாரம் இல்லை என்பேன். இந்து மதத்தின் மீதான வெறுப்பு காரணமாகத்தான் அவர் இதைச் செய்தார் என்கிறீர்களா? அதற்கு ஆதாரம் இல்லை என்பேன். அப்படியானால் ஏன் அவர் சோமாநாதாவைக் கொள்ளையயடிக்க வேண்டும்? ஏன் அதைப் பற்றி பெருமிதமாக எழுதி வைக்க வேண்டும்? காரணம், கோயில் என்பது வழிபாட்டுத் தலம் மட்டுமல்ல. அது ஆட்சியாளரின் அதிகாரத்தை, பலத்தை, பெருமிதத்தை வெளிச்சம் போட்டுக் காட்டும் ஓர் அடையாளமும்தான்.

ஓர் ஆட்சியாளரை வெல்ல வேண்டுமானால் அவருடைய பெருமிதத்துக்குரிய அடையாளத்தைக் கொள்ளை கொள்ள வேண்டும். சோமநாதரை இந்தக் கோணத்தில் பார்க்கப் பலர் முன்வருவதில்லை. ஆட்சியாளரின் மதமல்ல, அவருடைய

அதிகாரமே இங்கே வீழ்த்தப்படுகிறது. அந்த வகையில் இது ஓர் அரசியல் தாக்குதல்தானே தவிர, மதத் தாக்குதல் அல்ல. மதவெறுப்பு அல்ல, அதிகார வேட்கையே கொள்ளைக்கு இட்டுச் சென்றிருக்கிறது. மற்ற பிரகடனங்கள் எல்லாம் முகமது கஜனியின் பெருமிதங்களை உயர்த்திக் காட்டுவதற்காகச் சொல்லப்பட்டவை. அவற்றின் நோக்கங்களை நாம் புரிந்துகொள்ள வேண்டுமே ஒழிய, வார்த்தைகளை அப்படி உண்மை போல் எடுத்துக்கொள்ளலாகாது.

ஏன் சோமநாதர் இடிக்கப்படவில்லை என்பதற்கான தரவுகளை ரொமிலா தாப்பர் அடுத்தடுத்து அளிக்கிறார். அத்துடன் முடித்துக் கொள்ளவில்லை. இந்து முஸ்லிம் விரோதத்துக்குச் சோமாநாதா நிகழ்ச்சியைப் பொறுப்பாக்கும் முயற்சி எப்போது தொடங்கப் பட்டது என்பதை ஆராயும்போது ஒரு முக்கியமான உண்மையை அவர் கண்டடைகிறார். சோமாநாதாவை இந்து முஸ்லிம் மோதலாக முதன் முதலாக முன்னிறுத்தியவர்கள் வேறு யாருமில்லை, காலனிய அதிகாரிகள்தாம்.

மதம் என்னும் கண்ணாடியை அணிந்து வரலாற்றின் ஒவ்வொரு நிகழ்வையும் மதிப்பீடு செய்யும்போது அவர்கள் இப்படியோர் ஆபத்தான முடிவுக்கு வந்து சேர்கிறார்கள். அவர்களைப் பின்பற்றி நாம் இன்னமும் இந்து இந்தியாவுக்கும் இஸ்லாமிய இந்தியாவுக்கும் வரலாற்றுப் பகை நீடிக்கிறது என்று இன்று வாதிடும்போது எத்தனை பெரிய இமாலயத் தவறைச் செய்கிறோம் என்று நினைத்துப் பாருங்கள்.

ஓர் அரசியல்வாதி நிச்சயம் அவருக்குப் பலனளிக்கக்கூடிய ஆதாரத்தை மட்டும் உயர்த்திக் காட்டுவார். அவருடைய குறுகிய நோக்கத்துக்கு அது போதுமானது. ஒரு வரலாற்றாசிரியரின் நோக்கம் விரிவானது. உள்நோக்கமின்றி எல்லாக் குரல்களையும் அவர் நாடிச் செல்ல வேண்டும். எதையும் அவர் கூட்டியோ குறைத்தோ காட்டக் கூடாது. வரலாறு கறுப்பு வெள்ளையல்ல. இந்த இரண்டுக்கும் இடையில் ஓர் உலகமே இருக்கிறது. ஒரு வரலாற்றாசிரியர் இயங்க வேண்டியது அங்கிருந்துதான்.

۞

13. மரபுகள் எவ்வாறு உருவாகின்றன?

'**வ**ரலாற்றைப் பதிவுசெய்யும் வழக்கம் இந்தியர்களுக்கு இருந்ததில்லை. வரலாற்றுணர்வு என்றொன்று இல்லாததே இதற்குக் காரணம்' என்னும் காலனியக் கருத்து அபூர்வமாகவே மறுக்கப்பட்டிருக்கிறது. எழுதப்பட்ட வரலாற்றுப் பிரதிகள் இல்லை என்பதால் இந்தக் குற்றச்சாட்டு உண்மையானதாக இருக்கவேண்டும் என்றே இங்கும் பலர் எடுத்துக்கொண்டு விட்டனர்.

நம்முடைய கடந்தகாலத்தை எடுத்துக்கொண்டால் அதன் முற்பகுதி குறித்த வரலாற்றுப் பதிவுகள் இல்லை என்பது உண்மைதான். இப்போது நிலவும் முறையில் வரலாற்றைப் பதிவுசெய்யும் வழக்கம் அப்போது இருந்ததில்லை. ஆனால், அதற்காக வரலாற்றுணர்வு இந்தியர்களுக்கு இருந்ததில்லை என்று சொல்ல முடியாது என்கிறார் தாப்பர்.

மறுப்பதோடு நிறுத்திக்கொள்ளாமல் கடந்தகால இந்தியர்கள் தங்கள் வரலாற்றை எவ்வாறு பதிவுசெய்து வைத்தனர் என்பதைக் கண்டறியும் ஆய்வில் இறங்கினார். எல்லோருக்கும் பரிச்சயமான,

பலர் ஏற்கெனவே ஆய்வு செய்திருந்த பல பழங்காலப் பிரதிகளில் 'வரலாறு' ஒளிந்திருப்பதை அவர் கண்டறிந்தார்.

ஆனால், அந்த வரலாறு நாம் இன்று அறிந்த வரலாறு போல் தோற்றமளிக்கவில்லை. எனவே, அங்கீகரிக்கப்பட்ட வரலாற்று எழுத்துமுறைகளுக்குள் அந்தப் பிரதிகளை அடக்க முடியாது. இருந்தாலும் அவற்றிலிருந்து வரலாற்றைத் தெரிந்துகொள்ள முயற்சி செய்யலாம் என்கிறார் தாப்பர்.

ஒரு சமூகத்தின் பண்பு என்பது அது தன் வரலாற்றை எழுதும்போது அல்லது எழுதத் தவறும்போது புலப்படுகிறது என்பார் ஈ.ஹெச். கார். ரொமிலா தாப்பர் உடன்பட மறுக்கிறார். எது வரலாறு என்பதற்கு நாமே சில வரையறைகளை உருவாக்கிகொண்டு, நாமே சில மரபுகளை வகுத்துக்கொண்டு அதை ஒரு சமூகத்தின்மீது திணித்து, அவர்களுக்கு வரலாற்றுணர்வு இருந்ததா, இல்லையா என்று விவாதிப்பது பலனற்றது. மாறாக, ஒவ்வொரு பண்பாடும் எதைத் தனது வரலாற்று மரபாகக் கருதுகிறது என்று பார்க்க வேண்டும். ஏன் அவ்வாறு கருதுகிறது என்று புரிந்துகொள்ள வேண்டும் என்கிறார் தாப்பர்.

ஒரு சமூகம் வரலாற்றுணர்வைப் பெற்றிருக்கிறது என்பதை எப்படிக் கண்டறிவது? மூன்று அம்சங்களைத் தாப்பர் பட்டியலிடுகிறார். முதலாவதாக, கடந்தகால நிகழ்வுகள் முக்கியமானவை அல்லது இப்போதும் பொருத்தமுடையவை என்று குறிப்பிட்ட சமூகத்தினர் உணர்ந்திருக்கவேண்டும். இரண்டாவது, இந்த நிகழ்வுகள் காலவரிசையின்படி அமைந்திருக்க வேண்டும். மூன்றாவது, சமூகத்தின் தேவைகளுக்கு ஏற்ப இந்த நிகழ்வுகளைப் பதிவு செய்திருக்கவேண்டும். இந்த மூன்று வரையறைகளின்படி அணுகினால், ஒவ்வொரு சமூகமும் அதன் கடந்தகாலத்தைக் கருத்தில்கொண்டிருக்கிறது என்பதை நாம் உணரமுடியும்.

கடந்த காலத்தில் பலவிதமான நிகழ்வுகள் நடந்திருக்கும். அவை அனைத்தையும் பதிவுசெய்வது சாத்தியமில்லை. குறிப்பிட்ட சில நிகழ்வுகள் மட்டுமே தேர்ந்தெடுக்கப்படுகின்றன. அவை மட்டுமே தொகுக்கப்படுகின்றன. இவ்வாறு தொகுக்கப்படுவதை வைத்து இதுதான் நம் மரபு என்றும் சொல்லப்படுகிறது. பழங்காலப் பிரதிகளில் இப்படிச் சில நிகழ்வுகளை நம்மால் அடையாளம் காணமுடிகிறது. இந்நிகழ்வுகளைக் கொண்டு மரபும் உருவாக்கப் படுகிறது.

இந்த இடத்தில் நாம் சில கேள்விகளை எழுப்பிக்கொள்ள வேண்டும் என்கிறார் தாப்பர். எத்தகைய நிகழ்வுகளை ஒரு சமூகம் தேர்ந்தெடுக்கிறது? எத்தகைய மரபு இதன்மூலம் உருவாக்கப் படுகிறது? இந்த மரபின்மூலம் யாருக்கு என்ன ஆதாயம் கிடைக்கிறது? ஒரு சமூகம் மாறும்போது இந்த மரபும் மாறுகிறதா, ஆம் எனில் எப்படி?

மரபை முன்வைத்து மேலும் சில கேள்விகளை அவர் எழுப்புகிறார். மரபு முக்கியம் என்பதை ஒரு சமூகம் எப்போது உணர்கிறது? அந்த மரபை யார் பாதுகாக்கிறார்கள்? அவர்களுடைய சமூகப் பின்னணி என்ன? மரபு எப்படிக் காப்பாற்றப்படுகிறது? புனித நூல்களில் மரபை நுழைத்து எதிர்காலத்துக்குக் கொண்டுசெல்கின்றனரா? ஒரு வரலாற்று மரபு எத்தகைய சமூகப் பின்னணியில் உருவாகிறது? சமூகம் மாறுதலுக்கு உள்ளாகும்போது அவர்கள் உருவாக்கி வைத்திருக்கும் மரபு எப்படிப்பட்ட மாற்றங்களை எதிர் கொள்கிறது? யாரை மனத்தில் கொண்டு மரபுக்கான பிரதிகள் உருவாக்கப்படுகின்றன? பழங்காலத்திலிருந்து உருவாக்கப்படும் மரபை நிகழ்காலத்தில் யார் இன்று உயர்த்திப்பிடிக்கின்றனர்? யார் அதனைத் தங்கள் தேவைக்கு ஏற்ப பயன்படுத்திக்கொள்கின்றனர்?

வரலாறு, மரபு இந்த இரண்டும் எவ்வாறு உருவாகின்றன, எவ்வாறு ஒன்றோடொன்று உறவாடுகின்றன என்பதை ஆராய்வது முக்கியம் என்கிறார் தாப்பர். வரலாறு கடந்தகால நிகழ்வுகளிலிருந்து தொகுக்கப்படுகிறது என்றால் அந்நிகழ்வுகளிலிருந்து மரபு உருவாக்கப்படுகிறது. வரலாறு போலன்றி மரபு அவ்வப்போது மாற்றப்படுகிறது. காலத்தின் தேவைகளுக்கு ஏற்ப திருத்தப் படுகிறது, வளர்த்தெடுக்கப்படுகிறது.

தொடக்கத்தில் வாய்வழியாகவே நிகழ்வுகள் விவரிக்கப்பட்டன. பிறகு அவற்றை எழுத ஆரம்பித்தார்கள். வாய்வழியில் இருந்த வடிவம் சிறு மாற்றமும் இன்றி எழுத்து வடிவத்துக்கு வந்து சேர்ந்திருக்கும் என்று சொல்வதற்கில்லை. எழுதப்பட்ட பிறகு நிகழ்வுகள் நிரந்தரமாக உறைந்து நின்றுவிட்டன என்றும் சொல்வதற்கில்லை. எழுதப்பட்ட பிரதிகள், மீண்டும் மாற்றப் பட்டன, புதியவை சேர்க்கப்பட்டன.

ஒவ்வொரு தலைமுறையும் தன்னிடம் உள்ள பிரதியைத் தேவைக்கு ஏற்ப அல்லது விருப்பத்துக்கு ஏற்ப சிற்சில மாற்றங்களைச் செய்தே அடுத்த தலைமுறையிடம் ஒப்படைத்துள்ளது. ஒரு பிரதி ஏன் திருத்தப்படுகிறது, எவ்வாறு திருத்தப்படுகிறது என்பதையும்

ஆராய்ந்தால் அதன் பின்னாலுள்ள நோக்கங்களை நாம் தெரிந்து கொள்ளலாம். ஒரு சமூகம் தனது கடந்தகாலத்தை ஏன் குறிப்பிட்ட வகையில் விவரிக்க விரும்புகிறது என்பதைத் தெரிந்துகொண்டால் அந்தச் சமூகத்தின் சிந்தனைப் போக்குகளை நம்மால் தெரிந்து கொள்ளமுடியும்.

சாகுந்தலத்தில் ரொமிலா தாப்பர் செய்திருப்பது இதைத்தான். சாகுந்தலம் உருவானபோது ஒரு வடிவத்தில் இருந்தது. ஆனால், அதன்பின் காலந்தோறும் அதன் உள்ளடக்கத்தில் சிறியதும் பெரியதுமாகப் பல மாற்றங்கள் நிகழ்ந்துகொண்டே இருந்தன. காலனிய ஆய்வாளர்கள் சாகுந்தலத்தை மொழிபெயர்க்கும்போது அவர்களும் தங்கள் பங்குக்குச் சில பகுதிகளை ஒதுக்கினர். அந்தப் பகுதிகள் எவை, ஏன் அவ்வாறு அவற்றை காலனிய ஆய்வாளர்கள் ஒதுக்கினர் என்பதை ஆராய்ந்தால் அவர்கள் காலத்து மதிப்பீடுகளை நாம் அறிந்துகொள்ளலாம். ஒரே நிகழ்வுக்கு வெவ்வேறு காலங்களில் வெவ்வேறு விதமான விளக்கங்கள் அளிக்கப் படுகின்றன. இந்த மாற்றங்களையும் மாறுபட்ட விளக்கங்களையும் புரிந்துகொள்வது வரலாற்றியலின் அடிப்படை என்கிறார் தாப்பர்.

ஒரு சமூகம் எதற்காகக் குறிப்பிட்ட ஒரு நிகழ்வைத் தேர்ந்தெடுத்து பதிவுசெய்கிறது? ஏன் குறிப்பிட்ட வடிவில் அதைப் பதிவு செய்கிறது? ஏன் சிலவற்றை அது குறிப்பிடுவதில்லை? இப்படியெல்லாம் கேள்விகளை எழுப்பும்போது கடந்தகாலத்தில் எத்தகைய சித்தாந்தப் போக்குகள் நிலவின என்பதை நம்மால் தெரிந்துகொள்ளமுடியும் என்கிறார் தாப்பர்.

கடந்தகாலம் தனது கடந்தகாலத்தை எவ்வாறு நினைவில் வைத்திருக்கிறது அல்லது வைத்திருக்க விரும்புகிறது என்பதையும் ஏன் அவ்வாறு அது செய்கிறது என்பதையும் தாப்பர் ஆராய்கிறார். பழங்காலப் பிரதிகள் எல்லாவற்றிலும் வரலாறு இடம் பெற்றிருக்கிறது என்றோ கடந்தகாலத்து நிகழ்வுகள் எல்லாமே வரலாறு என்றோ அவர் கருதுவதில்லை. பிரதிகளை அவர் கவனமாகப் பரிசீலிக்கிறார். மரபுகள் உருவாகி, வளரும் விதத்தைப் புரிந்துகொள்ள முயல்கிறார்.

புத்தர் இந்தியாவிலிருந்து பறந்து இலங்கைக்கு வந்துசேர்ந்தார். எங்கெல்லாம் பெரிய மடாலயங்கள் உருவாகவேண்டும் என்று நிர்ணயம் செய்தார். இந்தக் குறிப்பு இலங்கைப் பதிவுகள் பலவற்றில் இடம்பெற்றிருக்கிறது. இதை ஒரு காலத்தில் எப்படி எடுத்துக்கொண்டார்களோ, தெரியாது. புத்தரால் பறந்திருக்க

முடியாது. இது ஒரு குறியீடு மட்டுமே என்று இன்று உணர்ந்திருக்கிறோம் என்கிறார் தாப்பர்.

பறப்பது மட்டுமா குறியீடு? மரபு என்று சொல்லும்போது அது பழமையானது, வழிவழியாகப் பின்பற்றப்படுவது என்று நாம் நினைக்கிறோம். மரபைப் புத்தம் புதிதாகக் கண்டுபிடிப்பதும், அதாவது உருவாக்குவதும் சாத்தியம்தான் என்பார் எரிக் ஹாப்ஸ்பாம். இதை இந்தியச் சூழலில் ரொமிலா தாப்பர் விளக்கியிருக்கிறார். இங்கே பல கோயில்களுக்கு 'மரபுகள்' உருவாக்கப்பட்டிருக்கின்றன. மேலே உள்ள இலங்கைப் பதிவுகளிலும் அப்படிப்பட்ட உருவாக்கம் நடைபெற்றிருப்பதைக் காணலாம்.

இலங்கையின் முக்கிய மடாலயங்களுக்கான மரபும் வரலாறும் இங்கே உருவாக்கப்பட்டிருப்பதைக் காணலாம். போகிற போக்கில் உருவாக்கப்பட்டவை அல்ல இந்த மடாலயங்கள். ஒவ்வொன்றும் எந்த இடத்தில் உருவாகவேண்டும் என்பதை முடிவு செய்தவர் புத்தர். அவர் பார்த்து, தேர்ந்தெடுத்த இடத்தில்தான் மடாலயங்கள் கட்டப்பட்டிருக்கின்றன. எனவே இந்த இடங்கள் சிறப்பு மிக்கவை. இப்படியொரு மரபை உருவாக்குவதற்காகவே புத்தர் பறந்து சென்றிருக்கிறார்.

14. யார் இந்து? யார் ஆரியர்?

'இந்து', 'ஹிந்த்' ஆகிய பெயர்கள் சிந்து நதியிலிருந்து தோன்றியவை. முதலாம் டாரியஸ் பொஆமு 513 வாக்கில் சிந்த் பகுதியைக் கைப்பற்றியதைத் தொடர்ந்து அப்பகுதிவாழ் மக்கள் பாரசீக மொழியில் 'ஹிண்டுஸ்' என்று அழைக்கப்பட்டனர். பின்னர், சிந்து நதி முழுமையையும் உள்ளடக்கிய பகுதி என்பதைக் குறிக்க 'அல்-ஹிந்த்' என்னும் அரபுச் சொல் பயன்படுத்தப்பட்டது. அல்-ஹிந்த் பகுதியில் ஒருவர் வாழ்கிறார் என்றால் இந்து என்று அழைக்கப்படுவார்.

இந்து என்னும் சொல் மத அடையாளம் பெற்றது 14 அல்லது 15ஆம் நூற்றாண்டு வாக்கில் என்கிறார் தாப்பர். பாரசீக, அரபுப் பதிவுகளிலும் பிராந்திய மொழிகளிலும் மதத்தின் பெயராக இந்து இடம்பெற ஆரம்பித்தது. ஆபிரகாமிய மதங்களைப் பின்பற்றுவோர் தவிர்த்து மற்ற அனைவரும் இந்துக்கள் என்று அழைக்கப்பட்டனர். 16ஆம் நூற்றாண்டில் அல்-ஹிந்த் என்பது இந்துஸ்தானாக உருமாறியது. இந்துக்களின் நிலம் என்பது இதன் பொருள். ஐரோப்பிய காலனியாதிக்க அதிகாரிகள் இந்து, இந்துஸ்தான் ஆகிய இரு சொற்களையும் திட்டவட்டமாக வேறுபடுத்திக் கையாளத் தொடங்கினர். இந்துஸ்தான் என்பது

நிலப்பரப்பின் பெயர். இந்து மதம் என்பது அதில் வசிக்கும் பெரும்பான்மை மக்களின் மதம்.

அடுத்ததாக, இந்துத்துவர்கள் அளிக்கும் வரையறையை ரொமிலா தாப்பர் ஆராய்கிறார். யார் இந்து என்பதை அடையாளம் காண்பதற்கு இரண்டு நிபந்தனைகளை விதிக்கிறார் இந்துத்துவத்தின் தந்தையாகக் கருதப்படும் சாவர்க்கர். எவரொருவரின் 'புத்ரபூமியும்' (மூதாதையர்களின் நிலம்) 'புண்யபூமியும்' (மதத்தின் நிலம்) இந்தியாவுக்குள் அமைந்திருக் கிறதோ அவரே இந்து என்கிறார் சாவர்க்கர்.

ஜம்புத்தீவு, ஆரியவர்த்தம், பரத கண்டம், அல்-ஹிந்த் என்று முற்கால இந்தியாவுக்கு வெவ்வேறு காலகட்டங்களில் வெவ்வேறு பெயர்கள் வழங்கப்பட்டன. ஆனால், இவை திட்டவட்டமாக இந்தியாவின் புவியியல் பரப்பையும் எல்லைகளையும் வரையறுக்க வில்லை. பொதுவான பெயர்களாகவே இவை வழங்கப் பட்டிருந்தன. அதேபோல் குறிப்பிட்ட பகுதியில் வாழும் அனைவருக்கும் பொதுவான அடையாளமே இருந்துவந்தது. சாவர்க்கர் விவரிக்கும் இரு வகையான 'பூமிகளும்' பிரிட்டிஷ் இந்தியாவின் நிலப்பரப்போடு ஒத்துப்போகிறது.

உங்கள் மூதாதையர் இந்நிலத்தில் வாழ்ந்தவர்கள் என்றால், உங்கள் மதம் இந்நிலத்தில் உருவாகிவந்தது என்றால், நீங்கள் இந்து என்கிறார் சாவர்க்கர். இந்த வரையறை யாரைச் சேர்த்துக் கொள்கிறது என்பது போலவே யாரையெல்லாம் விலக்கி வைக்கிறது என்பதும் கவனிக்கத்தக்கது. கிறிஸ்தவர்களின் புண்ணிய நிலமும் இஸ்லாமியர்களின் புண்ணிய நிலமும் இந்தியாவுக்கு வெளியில் இருக்கின்றன. அவர்களின் மூதாதையர்கள் அயல்நாடுகளிலிருந்து இந்தியா வந்து குடியேறியவர்கள். எனவே இந்த இரு மதங்களும் அந்நிய மதங்கள். இந்த மதங்களைப் பின்பற்றுவோரும் அந்நியர்கள்.

அந்நியர்களை இந்திய எல்லைக்கு வெளியில் நிறுத்திய பிறகு எஞ்சியிருப்பவர்கள் இந்துக்கள் மட்டும்தாம். இந்து மதம் பழமையானது, இந்தியாவில் தோன்றியது. இந்தியாவின் குடிமக்கள் இந்துக்கள். எனவே இந்தியா இந்துக்களின் நிலம் மட்டுமே என்று முடித்துக்கொள்கிறார் சாவர்க்கர். இந்து மதம் இந்தியாவின் மதம் என்பதன் நீட்சியாக, இந்தியப் பண்பாடு என்பது இந்து பண்பாடாகவும் இந்திய மரபு என்பது இந்து மரபாகவும் மறுவரையறை செய்யப்பட்டது.

முகலாயர் கலை, இந்தியப் பண்பாட்டின் ஓர் அடையாளம்

'அந்நியர்கள்' என்று இந்து அல்லாதோரை ஒதுக்கியதோடு இந்துத்துவர்கள் நிறுத்திக்கொள்ளவில்லை. இந்துக்களின் எதிரிகளாகவும் அவர்கள் கட்டமைக்கப்பட்டனர். ஐரோப்பிய காலனியாதிக்கத்தை இன்றைய கிறிஸ்தவர்களோடு தொடர்பு படுத்தியும் இந்தியாவை ஆண்ட இஸ்லாமிய ஆட்சியாளர்களோடு இன்றைய இஸ்லாமியர்களை இணைத்தும் பகை பாராட்டும் போக்கு தொடர்ந்து நீடித்துவருகிறது. நாம், அவர்கள் என்னும் பிரிவினையின் விளைவு இது. இந்துக்களாகிய நாம் இணைந்து அந்நியர்களை எதிர்ப்போம் என்பதுதான் அதன் சாரம்.

கட்டுக்கதைகளை உண்டாக்கி பீதி உருவாக்கவும் இந்துத்துவர்கள் தயங்குவதில்லை என்கிறார் தாப்பர். இஸ்லாமியர்களின் எண்ணிக்கை அதிகரித்துக்கொண்ட போகிறது. இப்படியே போனால் அவர்கள் நம்மைத் தாண்டிச்சென்றுவிடுவார்கள் என்பது அப்படியொரு பீதி. அதிகம் போனால் 12 சதவீதம் உள்ள இஸ்லாமியர்களால் பெருவாரியான இந்துக்களின் எண்ணிக்கையோடு ஒருபோதும் போட்டியிட முடியாது என்பது அனைவருக்கும் தெரியும் என்றாலும் இப்படிப்பட்ட கதைகள் வேண்டுமென்றே பரப்பப்படுகின்றன என்கிறார் தாப்பர்.

இந்துக்களை வாக்கு வங்கியாக ஒன்றுதிரட்டுவதற்கான முயற்சிகளை பாஜக, ஆர்எஸ்எஸ் பரிவாரங்கள் தொடர்ந்து மேற்கொண்டுவருகின்றன. ஒற்றை இந்து மதம் இருப்பதுதான் தோதானது என்பதாலும் இந்து மதத்தின் பன்மைத்துவம் எதிர்க்கப்படுகிறது. பழங்குடி மக்களை நிறுவனமயப்படுத்தப்பட்ட இந்து மதத்துக்குள் கொண்டுவருவது இந்துத்துவத்தின் செயல்திட்டங்களில் ஒன்றாக நீடிக்கிறது. இவ்வாறு இந்துக்களாக மாற்றப்பட்ட பழங்குடிகளில் சிலர் 2002 குஜராத் இனப்படு கொலையில் ஈடுபடுத்தப்பட்டதையும் சுட்டிக்காட்டுகிறார் தாப்பர்.

எல்லா மதங்களும் வரலாற்றுச் சூழல்களுக்கு ஏற்ப மாற்ற மடைகின்றன. இந்து மதத்துக்கு இது கூடுதலாகப் பொருந்தும். காரணம், செமிடிக் மதங்கள் போல் கட்டுக்கோப்பான, கறாரான ஒற்றை அமைப்பாக இந்து மதம் ஒருபோதும் இருந்ததில்லை. நெகிழ்ந்து கொடுக்கும் தன்மை கொண்டதாக, பல்வேறு பாதைகளில், பல்வேறு பிரிவுகளில், பல்வேறு சம்பிரதாயங்களில் கிளைகளைப் பரப்பி விரிந்து செல்லும் இயல்புகொண்டதாக அது இருக்கிறது. அதன் ஓட்டத்தைத் தடுத்து பாறாங்கல் போல் இறுக்கமான ஓர் அமைப்பை இந்துத்துவம் உருவாக்க நினைக்கிறது.

அப்படியோர் இந்து மதத்தை நிறுவமுடியுமானால் அதேபோல் இறுக்கமான ஓர் இந்து அடையாளத்தையும் உருவாக்கிவிட முடியும்.

இன்றைய புதிய தலைமுறை, சங் பரிவாரத்தின் அரசியல் செயல் திட்டத்தின் தாக்கத்துக்கு உள்ளாகிவருவது கவலையளிக்கிறது என்கிறார் தாப்பர். இணையத்தை அதிகம் பாவிக்கும் இவர்கள் அதிலிருக்கும் அரை உண்மைகளையும் முழுப் பொய்களையும் நம்பத் தொடங்குவது அபாயகரமான போக்கு. இந்து மதத்தை இந்துத்துவத்தோடு அவர்கள் குழப்பிக்கொள்ளக் கூடாது. இந்துத்துவர்கள் முன்வைப்பதுதான் உண்மையான இந்து மதம் என்று அவர்கள் தட்டையாகப் புரிந்துகொண்டுவிடக் கூடாது. அத்தகைய புரிதல் வகுப்புவாதக் கண்ணோட்டம் வளர்வதற்கே உதவும் என்கிறார் தாப்பர்.

எது இந்து மதம் அல்லது யார் இந்து எனும் கேள்விக்கு ஒற்றைத்தன்மையிலான விடையை அளிப்பது ஆபத்தானது. பன்மைத்துவம் மறுக்கப்படும்போது '300 ராமாயணங்கள்' போன்ற படைப்புகளை நாம் இழக்கவேண்டியிருக்கும். பிளவுண்ட சமூகமாக நாம் மாறிப்போவோம்.

நம்மில் யார் ஆரியர்?

எல்லாவற்றையும்போல் 'ஆரியர்' எனும் அடையாளமும் காலனியாதிக்கக் காலத்தோடு தொடர்புகொண்டுள்ளது. 19ஆம் நூற்றாண்டு இறுதியில் ஒரு வரலாற்று வகைமையாக ஆரியர் எனும் சொல் வழக்கத்துக்கு வந்தது என்கிறார் தாப்பர். அது இனத்தைக் குறிக்கும் சொல்லா, மொழியைக் குறிக்கும் சொல்லா எனும் குழப்பமும் அப்போதே தொடங்கிவிட்டது. இன்றுவரை இந்தக் குழப்பம் இங்கே பலருக்கும் நீங்கியபாடில்லை.

ஆரியர் எனும் பதத்தை இந்திய வரலாற்றில் பொருத்தியபோது உருவான கருத்தாக்கம் இது. ஆரியர் என்பது ரிக் வேதத்தில் குறிப்பிடப்படும் மக்கள். வெளியிலிருந்து வந்து வட இந்தியாவை இவர்கள் ஆக்கிரமித்தார்கள். இந்திய நாகரிகத்தைத் தொடங்கி வைத்து இந்தோ-ஆரிய மொழியை இங்கே பரப்பியவர்கள் ஆரியர்கள். இந்தக் கோட்பாடு அரசியல் களத்திலும் வரலாற்றுக் களத்திலும் உடனடித் தாக்கத்தை ஏற்படுத்தியது என்கிறார் தாப்பர்.

வெளியிலிருந்து வந்த ஆரியர்கள்தாம் (ரிக் வேதத்தின்படி, பிராமணர்கள்) இங்குள்ள பூர்விக மக்களை அடிமைப்படுத்தி

ஆதிக்கம் செய்தனர் எனும் கோட்பாடு அரசியல் காரணங்களுக்காக இங்கே சிலருக்கு ஏற்புடையதாக இருந்தது என்கிறார் தாப்பர். உயர் சாதியினர் தாழ்த்தப்பட்ட சாதியினர்மீது செலுத்திய ஆதிக்கத்தை ஆரியர் கோட்பாட்டைக்கொண்டு புரிந்துகொள்ளவும் விளக்கவும் ஜோதிபா புலே முயன்றார். ஆரியரின் வருகை ஆக்கிரமிப்போடு இணைக்கப்பட்டது.

இந்துத்துவர்கள் இதனை மறுக்கவேண்டிய நிலையில் இருந்தனர். ஆரிய பிராமணர்கள் வெளியில் இருந்து வந்தவர்கள், இங்குள்ளவர்களை ஆக்கிரமித்தவர்கள் எனும் இரண்டு கருத்துகளும் அவர்கள் வரித்துக்கொண்ட கோட்பாட்டுக்கு எதிரானவை. இந்தியா ஆரியர்களின் பூர்வீக பூமி என்னும் அடிப்படையில்தான் கிறிஸ்தவர்களையும் இஸ்லாமியர்களையும் அவர்கள் அந்நியர்களாகக் கண்டனர். இதில் ஆரியர்களும் அந்நியர்கள் என்றால் இந்துத்துவம் என்னாகும்?

எனவே ஆரியர் கோட்பாடு தலைகீழாகத் திருப்பிப்போடப்பட்டது. ஆரியர்கள் இந்தியாவின் பூர்வகுடிகள் என்றும் இந்தியாவிலிருந்து அவர்கள் பிற நிலங்களுக்குச் சென்று நாகரிகத்தை அறிமுகப் படுத்தினார்கள் என்றும் ஒரு கோட்பாடு உண்டாக்கப்பட்டது. இதன்படி ஐரோப்பாவுக்கு அறிவொளியூட்டியவர்கள் ஆரியர்கள் என்றாகிவிடுகிறது. பிரம்மஞான சபையைச் (தியோசபிகல் சொசைட்டி) சேர்ந்த கர்னல் ஹென்றி ஸ்டீல் ஆல்காட் என்னும் அமெரிக்கர்தான் 19ஆம் நூற்றாண்டில் முதன்முதலில் இப்படியொரு கருத்தை உருவாக்கினார். இதுவே பிரம்மஞான சபையினரின் நிலைப்பாடாகவும் மாறியது. இப்போதும் இக்கருத்து இங்கே சுற்றிக்கொண்டிருக்கிறது என்கிறார் தாப்பர்.

இந்துக்கள் ஆரியர்களின் வழித்தோன்றல்கள் என்று வாதிட்டுவந்த இந்துத்துவர்கள், ஆரியர்களைப் பூர்வகுடிகளாக மாற்றவேண்டிய கட்டாயத்தில் இருந்ததால் அவர்கள் பிரம்மஞான சபையின் கோட்பாட்டுக்கு இணக்கமாக வாதிட்டனர்.

'இன அறிவியல்' ஐரோப்பாவில் பிரபலமாகிக்கொண்டிருந்த காலகட்டம் அது. உயர்ந்த இனம், தாழ்ந்த இனம் என்று மனிதர்களை வகைப்படுத்திவிடமுடியும் என்று அறிவியலும் நம்பிக்கொண்டிருந்தது. ஆரிய இன மேன்மையைப் பலர் வலுவாகத் தூக்கிப் பிடித்துக்கொண்டிருந்தனர். ஹிட்லரின் ஜெர்மனியில் இது எத்தகைய விளைவுகளை ஏற்படுத்தியது என்பதை நாமறிவோம்.

இந்திய வரலாற்றாசிரியர்கள் ஆரம்பத்தில் ஆரியப் படையெடுப்புக் கோட்பாட்டை ஏற்றுக்கொண்டனர் என்பது உண்மைதான். சிந்து சமவெளி நாகரிகம் வீழ்ச்சியடைந்ததற்கு ஆரியப் படையெடுப்பே காரணம் என்னும் வாதம்கூட இங்கே முன்னெடுக்கப்பட்டது.

1968ஆம் ஆண்டு நடைபெற்ற இந்திய வரலாற்றுக் கழகத்தின் மாநாட்டில் ரொமிலா தாப்பர் எடுத்த நிலைப்பாடு இது. ஆரியப் படையெடுப்பு என்பது ஏற்கத்தக்கதாக இல்லை. ஆனால், இந்தோ-ஆரிய மொழி வெளியிலிருந்து வந்திருக்கிறது. மக்களோடு சேர்ந்தே மொழியும் வரும் என்பதால் வெளியிலிருந்து மக்கள் வந்திருக்கிறார்கள் என்று சொல்லலாம். படையெடுப் பாகத்தான் இது நிகழவேண்டும் என்பதில்லை. இது ஓர் இயல்பான இடப்பெயர்ச்சி. ஒரேயடியாக அல்லாமல், அலையலையாக மக்கள் கூட்டம் இடம்பெயர்ந்து வந்திருக்கவேண்டும். இங்குள்ள மக்களோடு அவர்கள் ஒன்று கலந்திருக்கவேண்டும். அப்போது பண்பாட்டுக் கலப்பும் மொழிக்கலப்பும் நடந்திருக்கும்.

இன அறிவியல் செல்வாக்கிழந்துபோனது. இன அடையாளத்தைக் கொண்டு ஒரு குழுவை உயர்த்துவதற்காகவும் இன்னொன்றைத் தாழ்த்துவதற்காகவும் பின்னப்பட்ட அனைத்து மானுடவியல், அரசியல் கோட்பாடுகளும் இன்று அறிவுப்புலத்திலிருந்து மறைந்துவிட்டன. இருந்தாலும் அரசியல் களத்தில் இன்னமும் இத்தகைய அடையாளங்கள் உயிர்த்திருப்பதோடு இன்னமும் செல்வாக்கும் செலுத்திவருகின்றன.

அடையாளங்கள் தொடர்ந்து மாறுகின்றன. முற்காலம் தொட்டு இன்றுவரை மாறாமல் நீடிக்கும் அடையாளம் என்றொன்று கிடையாது. இன்றைய தேதியில் ஆரியர் யார் என்னும் கேள்வி பொருளற்றது. ஆரிய இனம் என்றொன்று கிடையாது என்கிறார் தாப்பர்.

ஆரிய இனக் கோட்பாட்டை நிராகரிப்பதற்கு மொழியியல் தொடங்கி தொல்லியல் வரை இன்று நம்மிடம் ஏராளமான சான்றுகள் இருக்கின்றன. ஆனால், இந்துத்துவவாதிகள் ஆரிய இன மேன்மையைக் கைவிடுவதற்குத் தயாராக இல்லை. யார் பூர்வீகக் குடிகள், யார் அந்நியர்கள் என்னும் கேள்வி அவர்கள் அரசியலுக்கு முக்கியமானதாக இருக்கிறது. இந்துக்களை இந்தியர்களாகவும் வேத காலத்திலிருந்து வழிவழியாக வந்தவர்களாகவும் காட்டு வதற்காக மற்றவர்களை அந்நியர்களாகக் காட்டவேண்டிய

சிந்துவெளி முத்திரைகள்

நிர்ப்பந்தம் அவர்களுக்குத் தோன்றிவிடுகிறது. இதைச் செய்வதற்கு ஆரிய இனக் கோட்பாடு அவர்களுக்கு உதவுகிறது.

வேத காலம்தான் இந்திய வரலாற்றின் முதல் அத்தியாயமாக முன்பு இருந்தது. சிந்து சமவெளியில் நடத்தப்பட்ட தொல்லியல் ஆய்வுகள் வேத காலத்தைப் பின்னுக்குத் தள்ளி ஹரப்பன் காலத்தை முதன்மையானதாக மாற்றின. இதனால் ஏற்படும் பாதிப்பைச் சமாளிக்கும் விதமாக, சிந்து சமவெளி நாகரிகமே ஆரிய நாகரிகம் தான் என்று இந்துத்துவர்கள் ஒரு கதையைக் கட்டமைத்தார்கள்.

வியப்பூட்டும் நகரங்களை நுணுக்கமாக வடிவமைத்த சிந்து மக்கள் ஏன் வேத காலத்தில் மேய்ச்சல் நிலத்து வாழ்க்கைமுறைக்குத் திரும்பவேண்டும் எனும் கேள்விக்கு அவர்களிடம் விடையில்லை. சிந்து சமவெளி நாகரிக எழுத்துருகள் சமஸ்கிருதத்தின் ஒரு வடிவம்தான் என்றும் சிந்துவெளி முத்திரையில் இடம்பெற்றுள்ளது எருது அல்ல, ஆரிய அடையாளமான குதிரைதான் என்றும் அவர்கள் சான்றுகளின்றி வாதிட ஆரம்பித்தனர். முத்திரையிலுள்ள எருதை, குதிரையாகப் போலியாக மாற்றியமைத்து பரப்புரை மேற்கொள்ளவும் அவர்கள் தயங்கவில்லை.

சிந்து சமவெளி நாகரிகத்தை எப்படியாவது ஆரிய நாகரிகமாகக் காட்டவேண்டும் என்னும் முனைப்பில் இத்தகைய திருகு வேலைகள் மேற்கொள்ளப்பட்டன. இதைத் தொடர்ச்சியாகச் சுட்டிகாட்டிவந்த காரணத்தால் இந்து விரோதி என்றும் தேச விரோதி என்றும் இன்றுவரை ரொமிலா தாப்பர் இந்துத்துவ வாதிகளால் வசைபாடப்படுகிறார்.

எப்போதோ குப்பைத்தொட்டிக்குள் வீசியெறியப்பட்டுவிட்ட காலனிய காலத்துக் கோட்பாடுகளை இன்றைய தேதிவரை விடாப்பிடியாகப் பற்றிக்கொண்டிருக்கிறார்கள் இந்துத்துவர்கள். தேவைப்பட்ட சான்றுகள் கிடைக்காதபோது சான்றுகளைத் தேவைக்கேற்ப திருத்திக்கொள்ளவும் அவர்கள் தயங்குவதில்லை. திருத்தப்பட்ட சான்றுகளின் அடிப்படையில் வரலாற்றையும் அவர்கள் திருத்தியெழுதிக்கொண்டிருக்கிறார்கள்.

ஒரு வரலாற்றாசிரியராக இதைச் சுட்டிக்காட்டவேண்டிய பொறுப்பு எனக்கு இருக்கிறது என்கிறார் ரொமிலா தாப்பர். வரலாற்றைச் சரிசெய்யும் வகையில் தாப்பர் முன்னெடுத்து வைக்கும் வாதங்களும் அந்த வாதங்களுக்குப் பக்கபலமாக அவர் எடுத்து நீட்டும் சான்றுகளும் இந்துத்துவவாதிகளை எரிச்சல் கொள்ளச் செய்கின்றன. தாப்பரும் அவரைப் போன்ற பிற வரலாற்றாசிரியர்களும் இணையத்திலும் பிற இடங்களிலும் சந்திக்கும் தாக்குதல்கள் இந்த எரிச்சலிலிருந்து பிறந்தவையே. அதிகாரத்தைக் கைப்பற்ற முடிந்ததுபோல் அறிவுலகைக் கைப்பற்ற முடியவில்லையே எனும் இயலாமையும் இதில் கலந்திருப்பது மறுப்பதற்கில்லை.

15. பண்பாடு அல்ல, பண்பாடுகள்

பண்பாடு என்னும் சொல் மேல்தட்டு வர்க்கத்தினரின் அல்லது மேல் சாதியினரின் வாழ்க்கைமுறையைக் குறிக்கிறது என்று பொதுவில் பலர் அர்த்தப்படுத்திக்கொள்கிறார்கள். மேன் மக்களோடு தொடர்புடைய பண்புகளே பண்பாடு என்னும் நம்பிக்கை கிட்டத்தட்ட உலகம் தழுவியதாக இருக்கிறது. எது நாகரிகம், எது பண்பாடு என்பதை ஐரோப்பா நிர்ணயம் செய்துவந்தது. காலனியாதிக்க காலத்தில், எந்த நாடு பண்பட்டது, எந்த நாடு கலையிலும் இலக்கியத்திலும் சிறந்தது, சிறந்த கட்டுமானங்கள் எவை என்பதையெல்லாம் இவர்களே நிர்ணயம் செய்தனர். இந்தப் போக்கு 19ஆம் நூற்றாண்டு இறுதியில்தான் மாறியது என்கிறார் தாப்பர்.

மேல்தட்டு என்றில்லாமல் எல்லாவிதமான மக்களின் வாழ்க்கை முறைகளும் பண்பாட்டில் சேரும் என்னும் கருத்து வலுவடைய ஆரம்பித்தது. சமூகத்தில் உள்ள அனைத்துத் தரப்பினரும் இணைத்துக்கொள்ளப்பட்டனர், ஆராயப்பட்டனர். ஆனால், இதிலும் படிநிலையைப் புகுத்தியது காலனியாதிக்கம். எல்லா விதமான வாழ்க்கைமுறைகளையும் பார்க்கும்போது ஐரோப்பாவே

மேலான பண்பாட்டைக் கொண்டிருப்பதாகத் தெரிகிறது என்று சொல்லத் தொடங்கினார்கள். எல்லாமே பண்பாடுதான் என்றாலும் அதில் மேலானது என்றும் கீழானது என்றும் இருக்கவேண்டும் அல்லவா?

கிடையாது. பண்பாட்டில் படிநிலை இருக்கவேண்டிய அவசிய மில்லை. எந்த வாழ்க்கைமுறையும் இன்னொன்றைவிட மேலானது இல்லை என்னும் கருத்தைச் சில வரலாற்றாசிரியர்கள் முன்வைக்கத் தொடங்கினார்கள். பண்பாடு என்றொன்று கிடையாது, பண்பாடுகளே இருக்கின்றன என்கிறார் ரொமிலா தாப்பர்.

இந்தியப் பண்பாடு எது என்று கேட்டால் ஆரியர் பண்பாடே உயர்வானது; எனவே அதுவே இந்தியப் பண்பாடு என்று இன்றும் சிலர் வாதிடுவதைக் காணலாம். இந்து மதமே மேலானது, இந்துக்களே பண்பாட்டை முன்னெடுப்பவர்கள், அவர்களே பண்பாட்டின் காவலர்கள் போன்ற வாதங்களெல்லாம் காலனியச் சிந்தனையோட்டத்தையே பிரதிபலிக்கிறது என்கிறார் தாப்பர்.

இப்படிச் சொல்லும்போதுகூட எல்லா இந்துக்களின் வாழ்க்கை முறைகளும், எல்லா இந்துக்களின் வழிபாட்டுமுறைகளும், எல்லா இந்துக்களின் உணவு வழக்கமும் மேலானவை என்று சொல்லப்படுவதில்லை. எல்லா இந்துக்களின் மொழிகளும் சமமாகப் பாவிக்கப்படுவதில்லை. இந்துக்களிலும் குறிப்பாக மேல்தட்டில் இருப்பவர்களின் வாழ்க்கைமுறையும் அவர்களோடு தொடர்புடையவையும் மட்டுமே பண்பாடு என்று அங்கீகரிக்கப் படுவதை, தாப்பர் சுட்டிக்காட்டுகிறார்.

'பெரிய பண்பாடு', 'சிறிய பண்பாடு' எனும் பேதம் இன்றும் இங்கே பின்பற்றப்படுகிறது. வரலாற்று முக்கியத்துவம் வாய்ந்த எல்லாக் கட்டுமானங்களுக்கும் ஒரே முக்கியத்துவம் அளிக்கப்படுவ தில்லை. யாருடைய பிரதி என்று பார்த்த பிறகே அது முக்கியமானதா, முக்கியத்துவமற்றதா என்பது நிர்ணயிக்கப் படுகிறது. எந்தக் கட்டுமானம் புனரமைக்கப்படவேண்டும், எந்தப் பிரதியை 'நம்' பண்பாட்டு அடையாளமாகக் கருதவேண்டும் என்பதையெல்லாம் எது பெரியது என்னும் கேள்விதான் தீர்மானிக்கிறது.

கிறிஸ்தவர்கள், இஸ்லாமியர்கள், தலித்துகள், பழங்குடிகள் என்று தொடங்கி பலரின் பண்பாட்டு வெளிப்பாடுகள் வெளிச்சத்தைக்

காண்பதில்லை. அவை இந்தியப் பண்பாட்டுக்குள் கொண்டு வரப்படுவதும் இல்லை. அதிகாரத்திலுள்ளவர்கள் வரையறை செய்வதே பண்பாடு என்னும் நிலை மாறவேண்டுமானால் வரலாறு சரியான முறையில் எழுதப்படவேண்டும், புரிந்துகொள்ளப்பட வேண்டும், கொண்டு சென்று சேர்க்கப்படவேண்டும்.

ஒற்றைப் பண்பாட்டு அடையாளம்

இஸ்லாமிய ஆட்சியின்கீழ் இந்துக்கள் ஆயிரமாண்டுகளாக அடிமைப்பட்டுக்கிடந்தனர் என்று உண்மைக்குப் புறம்பான குற்றச்சாட்டொன்று அவ்வப்போது இந்துத்துவவாதிகளால் முன்வைக்கப்படுவதுண்டு. அரசியல் உள்நோக்கத்தோடு பரப்பப்படும் பொய் இது என்கிறார் தாப்பர்.

இந்துக்கள் ஒடுக்கப்பட்டிருந்தனர் என்று இவர்கள் குறிப்பிடும் அதே ஆயிரம் ஆண்டுகளில் கலை, இலக்கியம், சமயம், வழிபாடு என்று பல தளங்களில் குறிப்பிடத்தக்க பண்பாட்டுப் பங்களிப்புகளை இந்துக்கள் நிகழ்த்தியிருக்கிறார்கள். அவற்றையெல்லாம் மறைக்கவோ மறுக்கவோ முடியுமா? இஸ்லாமியர்கள் ஆண்டபோது இந்துக்கள் இருண்ட கண்டத்துக்குள் வாழ்ந்தது போன்ற ஒரு தோற்றத்தை ஏன் வலிந்து உருவாக்கவேண்டும்? சமகால இந்துக்களுக்கும் இஸ்லாமியர்களுக்கும் இடையில் பிளவையும் பகையையும் உண்டாக்குவதற்குதானே?

அரசியல் களத்தில் இஸ்லாமியர்களுக்கும் இந்துக்களுக்கும் இடையில் இதற்குமுன்பு மோதல்கள் நிகழ்ந்ததே இல்லை என்பதல்ல இதன் பொருள். முகலாயர் காலமாக இருந்தாலும் சரி, அல்லது அதற்கு முந்தைய ஆட்சியாளர்களின் காலமாக இருந்தாலும் சரி. அப்போதைய நிகழ்வுகளை அப்போதைய அரசியல் சூழலிலும் வரலாற்றுச் சூழலிலும் பொருத்திதான் புரிந்துகொள்ளவேண்டும். எல்லா மக்களும் இன்புற்றிருந்த காலம் என்பது இதற்குமுன்பு வரலாற்றில் எப்போதும் இருந்ததில்லை. அதே போல் எந்தவொரு காலத்திலும் மக்கள் முழு இருளில் வாடிக் கிடந்ததும் இல்லை. நிச்சயம் இந்துக்களுக்கும் இஸ்லாமியர் களுக்கும் இடையில் மோதல்கள் நடந்திருக்கின்றன. அந்த மோதல்களுக்கெல்லாம் மதம்தான் ஒரே காரணம் என்று சொல்லி விடமுடியுமா?

துருக்கியர், ஆப்கானியர், அராபியர், முகலாயர் அனைவரையும் இஸ்லாமிய ஆட்சியாளர்கள் எனும் ஒற்றைக்குடையில்

கொண்டுவந்து, எல்லோருடைய ஆட்சியும், எல்லாக் காலங்களிலும் ஒன்றுபோல் இந்துக்களுக்கு எதிராகவே இருந்திருக்கின்றன என்று முடிவுகட்டுவது அபாண்டமானது என்பதை, தாப்பர் தக்க சான்றுகளோடு நிறுவுகிறார்.

இந்துக்களுக்கும் இஸ்லாமியர்களுக்கும் இடையில் பல்வேறு பண்பாட்டுப் பரிமாற்றங்கள் நிகழ்ந்திருக்கின்றன. உணவு, உடை, வழிபாடு, மொழி, கட்டுமானம், ஓவியம், இலக்கியம் என்று தொடங்கி பல துறைகளில் இந்தப் பரிமாற்றங்களை நாம் காணலாம். பண்பாட்டுப் பரிமாற்றங்கள் எல்லாக் காலங்களிலும் நிகழ்ந்திருக்கின்றன. இந்துப் பண்பாட்டில் இஸ்லாமியக் கூறுகளும் இஸ்லாமியப் பண்பாட்டில் இந்துக் கூறுகளும் நிறையவே இருக்கின்றன. கலை, பண்பாட்டு ஆய்வாளர்கள் இவற்றை எல்லாம் நிறையவே ஆவணப்படுத்தியிருக்கிறார்கள், ஆராய்ந்திருக்கிறார்கள்.

ராகமும் காவாலியும் இரண்டுக்கும் மேற்பட்ட பண்பாடுகளின் கலப்பால் உருவானவை என்கிறார் தாப்பர். மக்கள் கலப்பில்லாமல் இசைக்கலப்பு நடந்திருக்காது. இந்துக்களும் முஸ்லிம்களும் மட்டுமல்ல, எந்தக் குழுவினரும் இன்னொருவரிடமிருந்து விலகி சுவர் எழுப்பிக்கொண்டு தனித்து வாழ்ந்திட இயலாது. எதிரெதிர் துருவங்களாகத்தான் இந்த இரு மதத்தினரும் வரலாறு நெடுகிலும் இருந்திருக்கிறார்கள் என்பது காலனியாதிக்க வாதம். வரலாறு நிராகரித்துவிட்டாலும் இந்த வாதத்தை இந்துத்துவர்கள் கெட்டியாகப் பிடித்து வைத்துக்கொண்டிருக்கின்றனர்.

மௌரியர் எதனைத் தங்கள் பண்பாடு என்று அழைத்திருப்பார்கள்? குப்தர் காலத்தில் எது பண்பாடு? சோழர்களின் பண்பாடு அல்லது முகலாயர் பண்பாடு என்று நாம் எதனை அழைக்கமுடியும்? அந்தந்த காலத்து மக்கள் தங்கள் பண்பாடு என்று எவற்றை எல்லாம் கருதியிருப்பார்கள் என்பதைக் கண்டறிவது எளிய பணியல்ல என்கிறார் தாப்பர்.

•

நாகரிகம் என்னும் சொல்லையும் இப்படித்தான் பார்த்துப் பார்த்துப் பயன்படுத்தி வந்தார்கள். கிரேக்கம், ரோம் ஆகியவை நாகரிகங்களாக ஏற்றுக்கொள்ளப்பட்டன, கொண்டாடப்பட்டன. உயர்ந்த பண்பாடும் வரலாறும் இத்தகைய நாடுகளுக்கே சொந்தம் என்று கருதப்பட்டது. ஆப்பிரிக்காவுக்கோ இந்தியா போன்ற ஆசிய

நாட்டுக்கோ வரலாறு என்றொன்றே பெரிதாக இல்லை என்பதால் இத்தகைய நாடுகள் கீழானவையாக மேற்குலகால் பார்க்கப் பட்டன. ஆப்பிரிக்காவுக்கு இந்தியா எவ்வளவோ பரவாயில்லை என்று கருதப்பட்டது.

ஐரோப்பியர்கள் பிற நாடுகளின் பண்பாடுகளை ஆராயும்போது 'மற்றவர்கள்' என்று கருதியே அவர்களை ஆராய்ந்தனர் என்கிறார் தாப்பர். கிரேக்கம் என்றால் அண்ணாந்தும் ஆசியா என்றால் குனிந்தும் பார்ப்பது அவர்கள் இயல்பாக இருந்தது. கிரேக்கத்தில் என்னவெல்லாம் இருக்கிறது என்று பார்ப்பார்கள். இந்தியாவில் என்னவெல்லாம் இல்லை என்று தேடுவார்கள். கிரேக்கத்திடம் இருந்து கற்றுக்கொள்வதற்கு அதிகமும் இந்தியாவுக்கு அளிக்க வேண்டியவை அதிகமும் இருக்கும் என்பது அவர்கள் நம்பிக்கை. இந்துப் பண்பாடே உயர்ந்தது, இந்து மதமே மேலானது என்று கருதுபவர்களும் இதே அணுகுமுறையோடு பிற பண்பாடுகளை, பிற மதங்களைக் குனிந்து பார்க்கிறார்கள். அவர்களிடமிருந்து பெற்றுக்கொள்ள நமக்கு எதுவுமில்லை என்றும் நம்புகிறார்கள்.

●

இப்போது சில பண்பாடுகள் செல்வாக்கோடு இருக்கின்றன என்றால், சில வலுவிழந்து போயிருக்கின்றன என்றால், சில காணாமலே போய்விட்டன என்றால் இந்நிலை எப்படி அவற்றுக்கு ஏற்பட்டது என்பதை ஆராயவேண்டியிருக்கிறது என்கிறார் தாப்பர். இங்கே எவ்வளவு விதமான வாழ்க்கைமுறைகள் இருக்கின்றனவோ அத்தனை விதமான பண்பாடுகள் இருக்கின்றன. எல்லாமே மாற்றங்களைச் சந்தித்திருக்கின்றன, தமக்குள் பரிமாற்றங்கள் செய்துகொண்டிருக்கின்றன.

சிற்பங்களின் வரலாற்றை, கலையின் வரலாற்றை, இசையின் வரலாற்றைத் தனியே ரசனை சார்ந்து மட்டும் எழுதுவது முழுமையான பார்வையை அளிக்காது. இவையெல்லாம் ஒரு குறிப்பிட்ட காலத்தின் பண்பாட்டு வெளிப்பாடுகள். அந்தக் காலத்தின் வரலாற்றோடு, சமூகத்தோடு, அரசியலோடு, இன்னபிற வாழ்வியல் அம்சங்களோடு சேர்த்துதான் இந்த வெளிப்பாடுகளை ஆராயவேண்டும்.

காலனியாதிக்கத்துக்கு எதிராக தேசியவாதப் போராட்டம் முன்னெடுக்கப்பட்டபோது இந்துப் பண்பாடு, இஸ்லாமியப் பண்பாடு என்னும் இரண்டு பிளவுகள் தோற்றுவிக்கப்பட்டதோடு

இரு நாடுகளாகவும் பிரிந்து செல்லவேண்டிய நிலை ஏற்பட்டது. இஸ்லாமும் இந்து மதமும் எதிரெதிரான பண்பாட்டுக்கூறுகளைக் கொண்டவை; எனவே இவை இணைந்திருக்க முடியாது என்னும் காலனியாதிக்கச் சிந்தனையை இந்தியாவும் ஏற்றுக்கொண்டதன் விளைவே பாகிஸ்தான்.

தேசியவாதம் எப்போதும் ஒரே அடையாளத்தையே கோருகிறது. அரசுக்குக் கீழ்ப்படியும் குடிமக்கள் என்பதுதான் அந்த அடையாளம். சாதி, மதம், மொழி உள்ளிட்ட அடையாளங்களை மறைத்துக்கொண்டு குடிமகன், குடிமகள் எனும் ஒற்றை அடையாளத்தை மக்கள் தழுவிக்கொள்ளவேண்டும் என்பதே அரசின் எதிர்பார்ப்பு. தேசிய விடுலைப் போராட்டம் இந்தியர் எனும் ஒற்றை அடையாளத்துக்குள் மக்களைத் திரட்ட முயன்றது. இந்த அடையாளத்தை மக்கள் ஏற்றுக்கொண்டால், பதிலுக்கு அரசு அவர்கள் உரிமைகளைப் பாதுகாக்கும். அவர்கள் நலன்களை உறுதிசெய்யும். அனைவருக்கும் நீதி கிடைக்கும்.

இந்தியா மட்டுமல்ல, உலகின் பல நாடுகளில் இந்த ஏற்பாடு அவ்வளவு சுமூகமாக இருக்கவில்லை. பெரும்பான்மை சமூகமே அதிகாரமிக்கதாக இருப்பதால் அந்தச் சமூகத்தின் பண்பாட்டு அடையாளமே தேசிய அடையாளமாகவும் மாறிவிட்டது. அனைவருக்கும் பாரபட்சமின்றி ஒரு புதிய தேசிய அடையாளத்தை வழங்குவதற்குப் பதில் பெரும்பான்மை பண்பாட்டு அடையாளத்தை அனைவரும் ஏற்றுக்கொள்ளும்படி நவீன அரசுகள் வற்புறுத்துகின்றன என்கிறார் தாப்பர்.

16. மதமும் மதச்சார்பின்மையும்

ஐரோப்பாவில் 1851ஆம் ஆண்டு முதல் முதலில் 'செக்யூலரிசம்' எனும் சொல் பயன்படுத்தப்பட்டது. சட்டம், ஆட்சி, நிர்வாகம் போன்றவற்றில் மதத்தின் தலையீடு இருக்கக் கூடாது; சமூக அமைப்புகள் மதச்சார்பற்றவையாக இருக்கவேண்டும் எனும் குறிக்கோளோடு உருவாக்கப்பட்ட கோட்பாடு அது.

மதத்தின் பிடி அந்த அளவுக்கு அங்கே வலுவாக இருந்திருக்கிறது. அச்சுறுத்தும் பலமும் அதிகாரமும் கொண்ட ஓர் அமைப்பாக, திருச்சபை இருந்தது. கடவுளின் பெயரால் மதகுருமார்கள் சட்டங்களை இயற்றிவந்தனர். கடவுளின் பெயரால் ஆட்சியிலும் நிர்வாகத்திலும் தலையிட்டு முடிவுகள் எடுத்துக்கொண்டிருந்தனர். கடவுளின் பெயரால் மக்களின் அன்றாட வாழ்வில் குறுக்கீடு செய்துகொண்டே இருந்தனர். இந்த அதிகாரங்களையெல்லாம் குருமார்கள் எங்கிருந்து பெற்றனர்? ஏன் பெறவேண்டும்? மதமும் அரசியலும் ஏன் இணைந்திருக்கவேண்டும்?

ஒரு நாடு மதச்சார்பின்மையைக் கடைப்பிடிக்கும்போது மதத்திடமிருந்து அரசியலும் அரசியலிலிருந்து மதமும் விலகி நிற்கும். திருச்சபை தவிர பிற பொது விவகாரங்களை அரசும் சிவில்

சமூகமும் கவனித்துக்கொள்ளும். இதுதான் ஐரோப்பிய பாணி மதச்சார்பின்மை என்கிறார் தாப்பர்.

இந்தியாவில் என்ன நிலை? ஐரோப்பாவில் திருச்சபை செலுத்திய அளவிலான செல்வாக்கை இங்கே எந்தவொரு தனி அமைப்பும் செலுத்தவில்லை என்பது உண்மைதான். ஆனால், மதமும் அரசியலும் அங்குபோல் இங்கும் ஒன்று கலந்துதான் இருக்கிறது. சமூக அமைப்புகளில் மதத்தின் தாக்கம் அழுத்தமாகவே படர்ந்திருக்கிறது. எண்ணற்ற சடங்குகள் மக்களின் வாழ்வில் அங்கம் வகிக்கின்றன. மதம் மட்டுமல்ல சாதியும் இருக்கிறது இங்கே. இவற்றையெல்லாம் என்ன செய்யப்போகிறோம்?

ஒன்றும் செய்ய முடியாது. மதச்சார்பின்மை ஒரு மேற்கத்திய கோட்பாடு. நமக்கு அது தேவையேயில்லை என்று எதிர்முனைக்குச் சென்றுவிடுகின்றனர் சிலர். இந்த வாதத்தை மறுக்கிறார் தாப்பர். மதச்சார்பின்மை மட்டுமா மேற்கத்திய கோட்பாடு? தேசம், ஜனநாயகம் போன்றவையும்கூட அங்கிருந்து வந்தவைதாம். நமக்குப் பொருந்தாது என்று அவற்றையும் ஒதுக்கிவிடமுடியுமா? தாராளமய சந்தைப் பொருளாதாரம் இந்தியாவில் உதித்த சிந்தனையா? அதை ஏன் நாம் வைத்துக்கொண்டிருக்கிறோம்?

ஐரோப்பிய மதச்சார்பின்மையை அப்படியே எடுத்து இங்கே பொருத்த முடியாது என்றால், இந்தியச் சூழலுக்கு ஏற்ற வகையில் அக்கோட்பாட்டை நாம் மாற்றியமைக்கவேண்டுமே தவிர, ஒட்டுமொத்தமாகக் கைவிட்டுவிடக் கூடாது என்கிறார் தாப்பர்.

'செக்யூலர்' எனும் ஆங்கிலச் சொல்லை 'சிக்யூலர்' என்று திரித்து, அது நோயுற்ற கோட்பாடு, போலியானது, நமக்கு ஒவ்வாதது என்று வாதிட்டுக்கொண்டிருக்கிறார்கள் இந்துத்துவர்கள். பண்டைய காலம் தொட்டு இந்தியாவின் அடையாளமாக மதமே, அதுவும் இந்து மதம் ஒன்றே இருந்துவருகிறது. மதத்தைப் பொது வெளியிலிருந்து அப்புறப்படுத்துவதென்பது இயலாத செயல் என்னும் நம்பிக்கையோடுதான் மதச்சார்பின்மையை இவர்கள் மறுக்கிறார்கள். இதுவும் காலனிய கண்ணோட்டத்தின் தொடர்ச்சிதான். இந்தியாவின் ஒரே அடையாளம் இந்து மதமல்ல. ஒரேயோர் அடையாளத்தை இந்தியா முன்பும் கொண்டிருக்க வில்லை. இனியும் கொண்டிருக்க முடியாது.

நாம் தற்போது அறிந்து வைத்திருக்கும் மதச்சார்பின்மையில் சில கோளாறுகள் இருப்பது உண்மை. அவற்றை நாம் விவாதிக்கவும் மறு ஆய்வு செய்யவும் முன்வரவேண்டும் என்பதும் உண்மை.

திறந்த மனதோடு அதை நம் சமூகம் செய்யும்போது நிச்சயம் குறைபாடுகளைக் களைந்து நமக்குத் தேவையான மதச்சார் பின்மையை அடையமுடியும் என்கிறார் தாப்பர்.

வரலாறும் மதச்சார்பின்மையும்

இந்தியா பல்வேறு சமயங்களையும் சமயப்பிரிவுகளையும் கொண்ட நாடு. 'அந்நிய மதங்கள்' உள்ளே நுழைந்த பிறகுதான் முரண்களும் மோதல்களும் இங்கே தோன்றின என்பது ஏற்கத்தக்கதல்ல. பண்டைய இந்தியாவிலேயே சமயப்பூசல்கள் இருந்திருக்கின்றன. வரலாற்றில் எந்தவொரு காலத்திலும் இந்தியா அமைதிப் பூங்காவாக இருந்திருக்கவில்லை. அப்படியொரு பொற்காலம் எங்கும் நிலவியிருக்க வாய்ப்பில்லை என்கிறார் தாப்பர்.

நாகர்களிடமிருந்து புத்தரின் நினைவுச்சின்னங்களை எடுக்க ராமகிராமத்திற்குச் செல்லும் அசோகர், சாஞ்சி

அசோகரின் கல்வெட்டுகள் சமயப்பூசல்களையும் அவற்றைக் களைவதற்காக அவர் மேற்கொண்ட முயற்சிகளையும் குறிப்பிடு கின்றன. அனைத்துச் சமயங்களைச் சேர்ந்தவர்களும் ஒற்றுமையாக வாழவேண்டும் என்று திரும்பத் திரும்ப வலியுறுத்துகிறார் அசோகர். மனிதர்கள் மட்டுமல்ல, எல்லாவிதமான உயிர்களும் அமைதியாக, மகிழ்ச்சியாக வாழவேண்டும். எல்லோரும் என் குழந்தைகள் என்கிறார் அசோகர்.

அசோகரின் கனவு அசாதாரணமானது என்பதில் ஐயமில்லை. இதே கனவை, பின்னர் அக்பரும் வளர்த்துக்கொண்டார். சமயங் களுக்கு இடையில் நல்லுறவு நிலவுவது சாத்தியம் என்று நம்பினார். அசோகரும் அக்பரும் அவர்கள் காலத்துத் தேவைகளைக் கருத்தில் கொண்டு சமய ஒற்றுமையை வலியுறுத்தினர். இதனை மதச்சார்பின்மை என்று இப்போதுள்ள பொருளில் அழைக்க இயலாது என்கிறார் தாப்பர். நம் காலத்தின் தேவைகள் வேறு. சமய ஒற்றுமை மட்டும் நமக்குப் போதாது என்கிறார் அவர்.

கிழக்கு நுழைவாயிலில் சித்தரிக்கப்பட்டுள்ள போத்கயா, சாஞ்சி

ஒரு மதச்சார்பற்ற சமூகம் எப்படி இருக்கவேண்டும் என்பதை ரொமிலா தாப்பர் விவரிக்கிறார். எல்லா மதத்தினரும் சமமாக நடத்தப்படுவார்கள். ஒருவர் எந்த மதத்தை வேண்டுமானாலும் தேர்ந்தெடுத்துக்கொள்ளலாம். எந்தக் கடவுளை வேண்டுமானாலும் வழிபடலாம். வழிபடாமலும் இருக்கலாம். அதற்கான உரிமை அனைவருக்கும் இருக்கும்.

இந்திய மதம், அந்நிய மதம் எனும் பிரிவினை இருக்காது. யார் இந்தியர், யார் அந்நியர் என்னும் கேள்வி அர்த்தமிழக்கும். பெரும்பான்மை, சிறுபான்மை போன்ற அடையாளங்கள் மறையும். அந்த அடையாளங்களை முன்னிறுத்தும் அரசியல் மறையும். ஆதாயங்களும் சலுகைகளும் மறையும். ஒடுக்குமுறை மறையும். சிறுபான்மைமீதான பெரும்பான்மையின் ஆதிக்கப்பிடி தளரும். சட்டம் அதனை உறுதிசெய்யும்.

சிவில் சட்டங்கள் அனைத்தும் மதச்சார்பற்றவையாக இருக்கும். குடிமக்களின் உரிமைகள் பிரதானமானவையாகவும் அனை வருக்கும் பொருந்தும் அறம் முதன்மையானதாகவும் இருக்கும். பிறப்பு, திருமணம், வாரிசுரிமை உள்ளிட்ட எல்லா அம்சங்களும் மதத்தின் பிடியிலிருந்து விடுவிக்கப்படும். மதச்சார்பற்ற சமூகத்தில் மதம் இருக்கும். அதன் அதிகாரம் மட்டுப்பட்டிருக்கும். மத பீடங்களின் சமூக ஆதிக்கம் மறையும். தன் மத அடையாளத்தை, சாதி அடையாளத்தை, மொழி அடையாளத்தை முன்னிறுத்தி நான் அவரைவிட மேலானவர் என்று ஒருவரும் கருதமாட்டார். அதற்கான இடம் அளிக்கப்படாது. பண்பாட்டு அடையாளங் களுக்குப் படிநிலை இருக்காது. மதம், சாதி, மொழி போன்ற அடையாளங்கள் மாயம்போல் மறைந்துவிடாது. ஆனால், அனைத்தும் இரண்டாம் பட்சமாகிவிடும். அரசு எந்த மத அடையாளத்தையும் உயர்த்திப் பிடிக்காது, எந்தப் பிரிவினருக்கும் ஆதரவு அளிக்காது. எதையும் வளர்க்காது, எதையும் எதிர்க்காது.

ஏன் மதச்சார்பின்மை தேவை என்பதற்கான விடை எளிமையானது. அதை அகற்றிவிட்டால் ஜனநாயகம் மரித்துவிடும் என்கிறார் தாப்பர்.

மதமும் அரசியலும்

மதச்சார்பின்மை என்பது வெறும் அரசியல் முழக்கமல்ல. அரசியல்வாதிகள்தாம் இதனை அதிகம் பேசுகிறார்கள் என்றாலும் இந்த விவாதத்தை அவர்களிடம் மட்டும் நாம் விட்டுவிட முடியாது

என்கிறார் தாப்பர். நமக்கு எப்படிப்பட்ட மதச்சார்பின்மை வேண்டும் என்பது நம்மைப் பற்றிய ஒரு விவாதமாகும். நாம் எப்படி வாழ விரும்புகிறோம்? நம் சமூகம் எப்படி இருக்கவேண்டும் என்று ஆசைப்படுகிறோம்? எப்படிப்பட்ட எதிர்காலத்தை நாம் எதிர்நோக்கியிருக்கிறோம் உள்ளிட்ட கேள்விகளை உள்ளடக்கிய ஒரு விவாதம் அது. அந்த விவாதத்தில் நாம் அனைவரும் கலந்துகொள்ளவேண்டும்.

காலனியாதிக்கவாதிகள் இந்தியாவை மத அடையாளங்களைக் கொண்டு மட்டுமே ஆராய்ந்தனர். சுதந்தர இந்தியா மத அடையாளத்திலிருந்து வெளிவர விரும்பியது. எனவே மதச்சார்பின்மை அப்போது அதிகம் விவாதிக்கப்பட்டது என்கிறார் தாப்பர். வகுப்புவாதம் என்னவெல்லாம் செய்யும் என்பதை நேரு கண்கூடாகவே பார்த்திருந்தார். மதமற்ற ஒரு சமூகமாக இந்தியாவை மாற்ற முடியாது என்பதும் அவருக்குத் தெரியும். சமூகத்தில் மதம் செலுத்தும் தாக்கத்தைக் குறைப்பது மட்டுமே சாத்தியம் என்னும் புரிதலில்தான் மதச்சார்பின்மை பற்றிய விவாதங்கள் தொடங்கப்பட்டன.

1976ஆம் ஆண்டு இந்திய அரசியலமைப்புச் சட்டத்தில் மதச்சார்பின்மை இடம்பெற்றது. செயலளவில் அதனை நடை முறைக்குக் கொண்டுவருவது சவாலானது. சிறு வயதிலேயே மதம் நம் அனைவருக்கும் அறிமுகமாகிவிடுகிறது; நம் வாழ்வின், சிந்தனையின் ஒரு பகுதியாக மாறிவிடுகிறது. அது நம்மைப் பற்றிக்கொள்வது போய், நாம் அதனைப் பற்றிக்கொண்டு விடுகிறோம். உளவியல்ரீதியில் பாதுகாப்பையும் மீட்சியையும் அது நமக்கு அளிப்பதாக நம்புகிறோம். எனவே அரிதாகவே மதத்தைக் கேள்விக்கு உட்படுத்துகிறோம்.

சரியான கல்வி நம் மயக்கங்களைப் போக்கும். கேள்வி கேட்கும் ஆற்றலையும் வளர்க்கும் என்று நம்புகிறார் தாப்பர். வரலாறு கற்கும்போது மதமும் சாதியும் சமூகத்தில் செலுத்திவரும் செல்வாக்கின் முழுப் பரிமாணத்தையும் நம்மால் உணரமுடியும். மதவாதமும் வகுப்புவாதமும் இந்தியாவை எப்படியெல்லாம் சீரழித்து வந்திருக்கின்றன என்பது புரிந்தால் மதச்சார்பின்மை ஏன் அவசியம் என்பதும் புரியும்.

❁

17. இந்து மதமும் இந்துத்துவமும்

இந்து மதத்தின் இதயம் அதன் பன்மைத்துவத்தில் அடங்கியிருக்கிறது என்பதைத் தொடர்ந்து வலியுறுத்தி வருபவர்களுள் ஒருவர் ரொமிலா தாப்பர். பல பாதைகளுக்குப் பதிலாக ஒற்றைப் பாதை முன்னிறுத்தப்படும்போது இந்து மதம் அதன் வண்ணங்களை இழக்கிறது என்கிறார் அவர்.

இந்தியா ஒரு காலனி நாடாக இருந்தவரை இந்து மதம் கறாரான ஒற்றைத்தன்மையோடு அணுகப்பட்டதற்குக் காரணம் காலனிய சிந்தனைப் போக்கு என்றால், சுதந்தரத்துக்குப் பிறகும் இதே நிலை நீடிப்பதற்குக் காரணம் இந்துத்துவம். இந்து மதத்தின் பெயரால் அரசியல் செய்துகொண்டிருக்கும் இந்துத்துவர்கள் இந்து மதத்தை ஒரு செமிடிக் மதமாக மாற்றுவதையே நோக்கமாகக்கொண்டிருக் கின்றனர் என்கிறார் தாப்பர். அந்த வகையில் இந்துத்துவர்களும் காலனியச் சிந்தனையாளர்கள் போலவே ஒற்றைத்தன்மை கொண்ட இந்து மதத்தையே கட்டமைக்க விரும்புகிறார்கள்.

இந்துத்துவர்களைப் பொருத்தவரை இந்து மதம் என்பது அவர்கள் அடைய விரும்பும் அரசியல் ஆதாயங்களுக்கான ஒரு கருவி மட்டுமே. அதிகாரத்தைக் கைப்பற்றவும் தக்க

வைத்துக்கொள்ளவும் அவர்களுக்கு இந்து மதம் தேவைப்படுகிறது. இந்து என்னும் ஒற்றைக் குடைக்குள் பெரும் திரட்சியான மக்களை அவர்கள் ஒன்றுதிரட்ட விரும்புகிறார்கள். இந்தத் திரட்சி இந்து மதத்தின் நலனை நோக்கமாகக் கொண்டதல்ல. இந்துத்துவ அரசியல் அதிகாரத்தை நோக்கமாகக்கொண்டது. அரசியல் அதிகாரத்துக்கு நெருக்கமான முறையில், தங்கள் பெருங்கனவு களுக்கு உகந்தவாறு இந்து மதத்தை அவர்கள் உருமாற்ற விரும்பினர்.

நாம் ஏற்கெனவே பார்த்தபடி இந்தியாவில் ராமாயணம் எண்ணற்ற வடிவங்களில் உயிர்த்திருக்கிறது. இந்தியாவுக்கு வெளியிலும் பலவிதமான ராமாயணங்கள் இருக்கின்றன. இதை விவாதிக்கும் கட்டுரையொன்றை உலகப் புகழ்பெற்ற மொழிபெயர்ப்பாளரும் படைப்பாளருமான ஏ.கே. ராமானுஜம் எழுதினார். '300 ராமாயணம்' எனும் தலைப்பில் வெளிவந்த அந்தக் கட்டுரை டெல்லி பல்கலைக்கழகத்தின் வரலாற்றுத் துறை மாணவர்களின் பாடத்திட்டத்தில் 2006-7இல் இடம்பெற்றது.

அடுத்த ஆண்டே எதிர்ப்புகள் தொடங்கிவிட்டன. அதெப்படி 300 ராமாயணம் இருக்கமுடியும் என்று இந்துத்துவ மாணவர் அமைப்பான ஏபிவிபியைச் (அகில பாரதிய வித்யார்த்தி பரிக்ஷத்) சேர்ந்தவர்கள் வெகுண்டெழுந்து டெல்லி பல்கலைக்கழகத்தின் வரலாற்றுத் துறைக்குள் புகுந்து சேதம் ஏற்படுத்தியதோடு, பாடத்திட்டத்திலிருந்து இந்தக் கட்டுரையை நீக்கவேண்டும் என்றும் போர்க்கொடி உயர்த்தினார்கள். 2011ஆம் ஆண்டு கட்டுரை நீக்கப்பட்டது.

இந்து சமூகத்தின் உணர்வுகளைப் புண்படுத்துகிறது, எனவே நீக்கவேண்டும். எதிர்ப்புக்கு மாணவர்கள் அளித்த விளக்கம் இது. வால்மீகி ராமாயணம், கம்ப ராமாயணம் இரண்டிலிருந்தும் ராமானுஜம் மேற்கோள் காட்டும் பகுதிகள் 'சர்ச்சைக்குரியவையாக' இருக்கின்றன என்று குற்றம்சாட்டினர் வேறு சிலர். ஆனால், வால்மீகி ராமாயணத்தை இவர்கள் யாருமே முழுக்கப் படித்திருக்க வாய்ப்பில்லை. கம்ப ராமாயணம் என்றொன்று இருப்பதே இவர்களில் பாதிப் பேருக்குத் தெரியாது என்கிறார் ரொமிலா தாப்பர்.

இந்துக்களின் உணர்வுகளுக்காகப் போராடுவதாகச் சொல்லிக் கொள்ளும் இவர்களுக்கு ராமாயணம் என்பது ஒற்றைப் பிரதியல்ல என்பதே தெரியவில்லை என்கிறார் தாப்பர். வால்மீகி முதலில்

ராமகீர்த்தி எனும் தாய்லாந்து ராமாயணம், அரங்கக் காட்சி

ராமாயணத்தை இயற்றியதற்கும் கம்பன் தமிழில் தனது ராமாயணத்தை இயற்றியதற்கும் இடையில் கிட்டத்தட்ட ஆயிரம் ஆண்டுகள் இருக்கின்றன. இந்த இரண்டுக்கும் இடையில் வேறுபாடுகள் இருக்கத்தான் செய்யும். இடைப்பட்ட காலத்தில் ஆசியா முழுக்கப் பலவிதமான ராமாயணங்கள் பல இடங்களில் இயற்றப்பட்டுள்ளன. அவையெல்லாம் அச்சு அசலாக வால்மீகியைப் பிரதி செய்து உருவாக்கப் பட்டவையல்ல.

இதிகாசம் ஒருபோதும் கெட்டித்தட்டிப்போவதில்லை. வெவ்வேறு நபர்கள் அதை எழுதும்போது வெவ்வேறு மாற்றங் களுக்கு அது உள்ளாகிறது. இடத்துக்கேற்ப, காலத்துக்கேற்ப, வரலாற்றுச் சூழலுக்கேற்ப, எழுதுபவருக்கேற்ப, எழுதப்படும் நோக்கத்துக்கேற்ப, யாருக்காக எழுதப்படுகிறது என்பதற்கேற்ப அது தன் வடிவத்தையும் உள்ளடக்கத்தையும் சிறிதும் பெரிதுமாக மாற்றிக்கொள்கிறது. இதிகாசத்தின் இயல்பு அது. ராமாயணம் ஏன் இத்தனை விதமாக இருக்கிறது என்றால் இத்தனை விதமாக அது கற்பனை செய்யப்பட்டிருக்கிறது என்பதுதான் விடை.

பலவிதமான ராமாயணங்கள் வழக்கத்தில் இருக்கின்றன எனும்போது அதைக் குறிப்பிடுவதில் என்ன தவறு? அதிகாரப் பூர்வமான ஒற்றை வடிவத்தை ஏன் நாம் உருவாக்கத் துடிக்க

வேண்டும்? பல வடிவங்களில் ராமாயணம் இருப்பதால் யாருக்கு என்ன பாதிப்பு ஏற்பட்டுவிடப்போகிறது? அதற்கேன் இந்துத்துவர்கள் பதறவேண்டும்? எந்த இந்துக்களுக்காக நஇவர்கள் பல்கலைக்கழகத்துக்குள் புகுந்து சேதங்களை ஏற்படுத்தினார்கள்? எந்த இந்துக்களின் நலனுக்காக இவர்கள் கட்டுரையை நீக்கச் சொன்னார்கள்?

வால்மீகி தனது ராமாயணத்தை இயற்றியபோதே இரு விதமான ராமாயணங்கள் இருந்திருக்கின்றன. பௌத்தர்களிடையே 'தசரத ஜாதகம்' என்றொரு வடிவம் இருக்கிறது. அதன்படி ராமரின் தங்கை சீதை. 'அதிகாரப்பூர்வமான' வடிவத்துக்குப் புறம்பாக இருப்பதால் இதை அழித்துவிடவேண்டும் என்று கோரலாமா?

உண்மையில் இந்துக்களுக்குப் பலவித ராமாயணங்கள் இருப்பதில் எந்தப் பிரச்சினையும் இல்லை. இந்துத்துவர்களுக்குதான் இது உறுத்துகிறது என்கிறார் தாப்பர். பலவிதப் பிரதிகளின் இடத்தில் ஒற்றைப் புனிதப் பிரதியை, பலவித இந்து மதங்களின் இடத்தில் ஒற்றை இந்து மதத்தை அவர்கள் நிறுவ விரும்புகின்றனர். இந்துக்களுக்கும் இந்துத்துவர்களுக்கும் இடையிலான முக்கியமான வேறுபாடு இது என்கிறார் தாப்பர். இந்துக்கள் வேற்றுமைகளை உள்ளவாறு ஏற்றுக்கொள்கின்றனர். இந்துத்துவர் களுக்கு அது சாத்தியப்படுவதில்லை.

இந்துத்துவமும் தணிக்கையும்

நாம் எதைப் படிக்கவேண்டும், படிக்கக் கூடாது என்பதைக் கையளவு ஆள்கள் முடிவுசெய்வது அபாயகரமான போக்கு என்கிறார் தாப்பர். அந்தப் புத்தகத்தைத் தடை செய்யவேண்டும், இந்தப் பாடத்தைப் புத்தகத்திலிருந்து நீக்கவேண்டும் போன்ற குரல்கள் அதிகாரத்திலுள்ளவர்களுக்கு நெருக்கமானவையாக இருப்பது இன்னும் ஆபத்து.

நமக்குப் பிடிக்காததைத் தாக்கவேண்டும் என்னும் போக்குக்கும் நீண்ட வரலாறு இருக்கிறது என்கிறார் தாப்பர். சில பிராமணப் பதிவுகள் தங்கள் கருத்துகளோடு முரண்படுபவர்களைத் தந்திரக் காரர்கள், ஏமாற்றுக்காரர்கள், நாத்திகர்கள், தவறாக வழி நடத்துபவர்கள் என்று தொடங்கி பலவித வசைச்சொற்களால் தாக்கியிருப்பதைப் பார்க்கிறோம். வரலாற்றாசிரியர்களான எங்களுக்கும் இப்போது இதே பெயர்களைத்தான் இந்துத்துவர்கள் சூட்டுகிறார்கள் என்கிறார் தாப்பர். மார்க்சிஸ்டுகள், இடதுசாரிகள்,

அர்பன் நக்சல்கள் போன்ற இக்காலத்துப் பெயர்களும் இந்தப் பட்டியலில் சேர்கின்றன என்பதைத் தவிர்த்துவிட்டுப் பார்த்தால், அவர்களுக்கும் ஒரு வரலாற்றுத் தொடர்ச்சி இருக்கத்தான் செய்கிறது.

பிராமணர்களின் தாக்குதலுக்கு அதிகம் உள்ளானவர்கள் சிரமணர்களான பௌத்தர்கள், சமணர்கள், சார்வாகர்கள் போன்றோர். இவர்கள் செய்த தவறு பிராமண மதத்தை, வேத மரபைக் கேள்விக்கு உட்படுத்தியதுதான். எங்களைத் தாக்கும் பதிவுகளை, எடுத்துக்காட்டுக்கு விஷ்ணு புராணத்தைத் தீயிலிட்டு அழிக்கவேண்டும் என்று எந்தச் சிரமணர் பதிவிலும் குறிப்பிட்டு நான் பார்த்ததில்லை என்கிறார் தாப்பர்.

இதே இந்திய மரபுகளில் மற்றோர் அணுகுமுறையையும் காண்கிறோம். நம்மால் ஒரு கருத்தோடு ஒத்துப்போக முடிய வில்லை என்றால் அந்தக் கருத்தை முதலில் குறிப்பிட்டுவிட்டு (பூர்வ பக்ஷம்), கீழே அதற்கான மறுப்பை (உத்தர பக்ஷம்) அளிப்பார்கள். தர்க்கரீதியிலும் அறிவுபூர்வமாகவும் மாற்றுக் கருத்துகளை எதிர்கொள்ளும் விதம் இது. ஆனால், இன்றைய வசவாளர்கள் ஏனோ இந்த மரபை விட்டுவிட்டார்கள்.

ஏன் என்பதையும் தாப்பர் விளக்குகிறார். முறையாக ஒரு கருத்தை எடுத்து வைத்துக்கொண்டு மறுப்பு எழுதவேண்டுமானால் மறுக்கப்படும் கருத்தைப் படித்து, உள்வாங்கியிருக்கவேண்டும். மார்க்சியர்கள் என்பதை வசைச்சொல்லாக எண்ணி போகிற போக்கில் தாக்குதல் தொடுப்பவர்களில் எவ்வளவு பேர் நாங்கள் எழுதியதைப் படித்திருப்பார்கள் என்று நினைக்கிறீர்கள்?

எங்கள் புத்தகங்களை விடுங்கள்; எங்கள் மதம், எங்கள் மரபு என்று பெருமிதம்கொள்கிறார்களே, அந்த மத நூல்களையும் மரபு சார்ந்த நூல்களையுமாவது படித்திருப்பார்களா என்றால் அதுவும் இல்லை. விவாதங்கள் இதற்கு முன்பு எப்படி நடத்தப்பட்டிருக்கின்றன, ஒரு கோட்பாட்டை எப்படி மறுக்கவேண்டும், கருத்து முரண்களை எவ்வாறு கையாளவேண்டும் என்பதையெல்லாம் அவர்கள் சொந்தம் கொண்டாடும் பழங்காலப் பிரதிகளிடமிருந்து கற்றுக் கொண்டிருக்கலாம். செய்யவில்லை.

இது ஒரு முக்கியமான சிக்கலாக இன்று மாறியிருக்கிறது என்கிறார் தாப்பர். எது மரபு, எது வரலாறு என்பதையெல்லாம் முறையாக கற்காமலேயே இதுதான் மரபு, இதுதான் வரலாறு என்று இந்துக்கள்

சார்பாகக் குரல் கொடுத்துக்கொண்டிருக்கிறார்கள். இந்துக் களுக்காக அவர்கள் முடிவெடுக்கிறார்கள். தணிக்கை என்றும் தடை என்றும் கோருகிறார்கள். பாடத்திட்டத்தை மாற்றவேண்டும் என்றும் திருத்தவேண்டும் என்றும் புதிய வரலாறு படைக்க வேண்டும் என்றும் ஆவேசம்கொள்கிறார்கள்.

இதை இவ்வாறு எழுதினால் எதிர்ப்பு வருமோ என்று ஆய்வாளர்களும் படைப்பாளர்களும் அச்சப்படவேண்டிய நிலையில் இருக்கிறார்கள். சிந்தனைப் போக்கில் இது பெரும் தடையை ஏற்படுத்திவிடும். கல்விக்கூடங்களில் இந்த அச்சத்தைப் பார்க்கமுடிகிறது. சமூக ஊடகங்களிலோ வரலாறு, கலை, பண்பாடு, மதம் போன்றவற்றை விவாதிப்பது கடும் விளைவுகளை ஏற்படுத்துவதாக இருக்கிறது.

வரைமுறையற்று வசைகள் பரப்பப்படுகின்றன. மாற்றுக் குரல்கள் ஒடுக்கப்படுகின்றன. ஜேஎன்யு வளாகம் போர்க்களமாக மாறியிருக்கிறது. காட்சி ஊடகங்கள் 'சர்ச்சைக்குரியனவற்றை' விவாதிக்கத் தயங்குகின்றன. மத வரலாறு எனும் ஆய்வுத்துறை இங்கே போதுமான அளவுக்கு வளராமல் இருப்பதற்கு இந்தப் போக்குகளும் காரணம் என்கிறார் தாப்பர்.

மத வரலாற்றில் நிறைய ஆய்வுகளுக்கு இடமிருக்கிறது. வைணவமும் சூஃபியிசமும் ஒன்றோடொன்று எத்தகைய உரையாடல்களை வரலாற்றில் நிகழ்த்தியிருக்கின்றன என்றோ சைவப் பிரிவினருக்கும் சிரமணப் பிரிவுகளுக்கும் இடையில் உண்டான பகைக்கு என்ன காரணம் என்றோ கேள்விகளை எழுப்பி ஆராயலாம். சுவையாகவும் இருக்கும். நிறைய கற்றுக்கொள்ளவும் முடியும் என்கிறார் தாப்பர். ஆனால், இத்தகைய ஆய்வுகளை உற்சாகத்தோடு முன்னெடுப்பதற்கான சூழல் நிலவவேண்டும் என்பது முக்கியம்.

❀

18. காந்தியும் நாமும்

காந்தியை ஏற்பது, நிராகரிப்பது இரண்டையும் கடந்து அவரை அவர் வாழ்ந்த காலத்தோடு சேர்த்துப் புரிந்துகொள்ளவேண்டும். விமர்சனப்பூர்வமான பார்வையில் பிழையொன்றும் இல்லை என்கிறார் தாப்பர். அதுவே சரியானதும்கூட.

சாதி பற்றிய காந்தியின் நிலைப்பாட்டை இதற்கு உதாரணமாகச் சொல்லலாம். சாதிப் படிநிலை அமைப்பு சமூகத்தில் ஏற்படுத்தும் விளைவுகளை காந்தி அறிந்திருந்தார். அடுக்கில் கீழே இருந்தவர்களின் நூற்றாண்டுகாலத் துயரைத் துடைக்கும் குறிக்கோளோடு 'ஹரிஜன்' என்று அவர்களுக்குப் பெயர் சூட்டினார் அவர். இது அவர்கள் அடையாளத்தை மாற்றியமைக்கும் என்று அவர் நம்பினார்.

காந்தியின் குறிக்கோள் நேர்மையானதாக இருக்கலாம். அதனால் நடைமுறையில் என்ன மாறியது என்று பார்த்தால் எதுவுமில்லை என்பதே பதில். தீண்டப்படாதவர்களின் கோயில் நுழைவுக்கு அவர் குரல் கொடுத்தார், போராடினார் என்பது உண்மைதான். இன்று பரிசீலிக்கும்போது இச்செயல்கள் போதுமானவையாக இல்லை என்றே பலரும் கருதுகின்றனர். அதிலுள்ள நியாயமும் புரிகிறது.

கிட்டத்தட்ட ஒரு வாழ்நாளுக்கு முன்பு காந்தியோடு அரை வரி பேசியிருக்கிறேன். காந்தியோ நவீன இந்தியாவோ என் துறைகளல்ல. நீ அவரிடமிருந்து என்ன பெற்றுக் கொண்டிருக்கிறாய் என்று என்னிடம் யாராவது கேட்டால் இப்படிச் சொல்வேன். கண்ணுக்கு என்ன புலப்படுகிறதோ அதை மட்டுமல்ல; முழுச் சூழலையும் சேர்த்துப் பார். சேர்த்துப் புரிந்துகொள்ள முயற்சி செய். எனக்குத் தெரிந்த காந்தி இதுதான் என்கிறார் தாப்பர்.

காந்தி அணியச் சொன்ன கதரை நான் சிறுவயதிலேயே கைவிட்டுவிட்டேன். ஆனால், கதர் என்பது வெறும் துணியா? ஆடையா அது? அது ஒரு பொருள் மட்டுமேவா? நீ அணிந்திருக்கும் துணிக்குப் பதில் இதை எடுத்துக்கொள் என்று மட்டுமேவா பரிந்துரைத்தார் காந்தி? அகிம்சையும் எனக்கு அப்படித்தான் தோன்றுகிறது என்கிறார் தாப்பர். காந்தி வன்முறையைத் தவிர்க்கச் சொன்னார் என்பது கண்களுக்குப் புலப்படும் செய்தி. அதன் பின்னாலுள்ள சூழலோடு சேர்த்துப் பார்க்கும்போது நமக்கு என்ன தெரிகிறது?

அகிம்சையை வலியுறுத்திய முதல் நபரல்ல காந்தி. என் குழந்தைகளும் பேரக்குழந்தைகளும் அனைத்து உயிர்கள்மீதும் கருணையோடும் அன்போடும் நடந்துகொள்ளவேண்டும் என்றார் அசோகர். அசோகரின் அகிம்சை அறத்தில் மையம் கொண்டிருந்தது. எப்பாடுபட்டேனும் வன்முறையைக் கைவிட வேண்டும் என்கிறார் அவர்.

ஒருவேளை இயலாது போனால்? ஒருவரைத் தண்டிக்கவேண்டிய நிர்பந்தம் மன்னருக்கு ஏற்பட்டுவிட்டால் என்ன செய்வது? இயன்றவரை கருணையோடு அப்போது நடந்துகொள்ளுங்கள் என்று வேண்டிக்கொள்கிறார் அசோகர். ஆக, முழு அகிம்சை என்பதைவிட, 'கட்டுப்பாடோடு கூடிய அகிம்சை' என்று அசோகரின் நிலைப்பாட்டை எடுத்துக்கொள்ளமுடியும்.

நேரு போலன்றி காந்தி அசோகரையோ அவர் கல்வெட்டுகளையோ குறிப்பிட்டதுபோல் தெரியவில்லை. (அது ஏன் என்பதும் புரியவில்லை என்கிறார் தாப்பர்!). வேதங்களிலும் இதிகாசங் களிலும் அகிம்சை ஒருசில இடங்களில் வருகிறது என்றாலும் அகிம்சையை வலியுறுத்தும் பிரதிகள் என்று அவற்றை அழைக்க இயலாது. காந்திக்கு நெருக்கமான ஒரு பிரதியாக பகவத் கீதை இருந்திருக்கிறது. கீதையும் அகிம்சையை ஒரு சில இடங்களில்

பேசுகிறது என்றாலும் அதுவும் முழு அகிம்சையைப் பரிந்துரைக்கும் நூலல்ல. கீதை வர்ணாசிரமத்தை வலியுறுத்துகிறது. அனைவருக்கும் பொதுவான தர்மம் என்றொன்று இல்லை. போரிடுவது சத்திரிய தர்மம்.

புத்தர், மதுரா கலை மரபு, குப்தர் காலம்

எனில், காந்தி அகிம்சை கொள்கையை எங்கிருந்து வரித்துக் கொண்டார்? ஜான் ரஸ்கின், டால்ஸ்டாய் என்று இந்தியா கடந்தும் காந்தி வாசித்திருக்கிறார். இயேசுவின் மலைப்பிரசங்கம் அவரை ஈர்த்தது. தத்துவ நூல்களும் வாசித்திருக்கிறார். என்றாலும், அகிம்சையை ஒரு கோட்பாடாக, தன்னுடைய அடையாளங்களுள் ஒன்றாக அவர் எப்படி மாற்றிக்கொண்டார் என்பது விரிவாக ஆராயப்படவேண்டிய ஒரு தலைப்பு என்கிறார் தாப்பர்.

காந்தியின் அகிம்சை எந்தச் சாயலையும் கொண்டிருப்பதுபோல் தெரியவில்லை. சத்தியாகிரகம், ஒத்துழையாமைப் போராட்டம், உண்ணாவிரதப் போராட்டம் என்று அவர் முன்வைத்த கருத்தாக்கங்கள் குறிப்பாக ஏதேனும் ஓரிடத்தில் இலிருந்தோ யாரோ ஒருவரிடம் இருந்தோ பெற்றுக்கொண்டவை அல்ல. ஏடுகள் போக மரபுகளிலிருந்தும் காந்தி தனது சிந்தனைகளைத் திரட்டிக்கொண்டிருக்கவேண்டும் என்கிறார் தாப்பர். குறிப்பாக எந்த மரபு என்பதையும் அவர் கோடிட்டுக் காட்டுகிறார்.

வேதத்தை மட்டுமல்ல, வேத மரபு முன்மொழிந்த வாழ்க்கை முறை, வழிபாடு, அறம் அனைத்தையும் மறுத்து புதிய கருத்தாக்கங்களைச் சிரமணப் பிரிவுகள் உருவாக்கின. அவற்றுள் ஒன்று துறவறம். குடும்ப வாழ்க்கைக்கு மாற்றாக இது அமைந்தது. சமணர்களும் பௌத்தர்களும் ஆசீவகர்களும் சமூகத்திலிருந்தும்

சமூக நடைமுறைகளிலிருந்தும் விடுபட்டு இயன்றவரை தள்ளி வாழ்ந்துவந்தனர். தேவைகளைக் குறைத்துக்கொண்டு சுதந்தரமாக, இயற்கையையொட்டி அவர்கள் வாழ்ந்தனர். வாழ்வதற்குக் கடினமான இடங்கள் என்று கருதப்பட்ட மலைகளிலும் மேடுகளிலும் குகைகளிலும் அவர்கள் தஞ்சம் அடைந்தனர்.

உண்ணாவிரதம் இருப்பதும் உடலை வருத்திக்கொள்வதும் அவர்களுக்கு இயல்பானவையாக இருந்தன. தங்கள் உடலை ஒரு பரிசோதனைக் கருவியாக அவர்கள் கையாண்டனர். உண்ணா விரதம் ஒரு முக்கியமான சடங்காகவும் கருதப்பட்டது. அதேபோல் பிரமச்சரியத்தையும் ஒரு சடங்குபோல் கடைப்பிடித்தனர்.

பௌத்தம் பல இடங்களில் செல்வாக்கிழந்தாலும் சமணம் சில இடங்களில் தழைத்திருந்தது. அவற்றுள் ஒன்று குஜராத். காந்தியின் இடம். காந்தி தனது ஆசிரமத்தை ஊருக்கு வெளியில் உருவாக்கினார். அது ஒரு பரிசோதனைக்கூடமாகத் திகழ்ந்தது. அவரை நாடி அங்கே வந்தவர்கள் கிட்டத்தட்ட துறவிகள்போல் தங்கள் தேவைகளைக் குறைத்துக்கொண்டு வாழ்ந்துவந்தனர். தங்கள் பணிகளைச் சொந்த கரங்களால் தாங்களே மேற்கொண்டனர். எளிய உணவுமுறை கடைப்பிடிக்கப்பட்டது.

காந்தி தன் உடலை ஒரு கருவியாகக் கையாண்டது நாமறிந்ததே. வாழ்வில் பலமுறை உண்ணாவிரதப் போராட்டத்தை அவர் முன்னெடுத்தார். உடல் வலிமையை நம்பியல்ல, சிரமணத் துறவிகள்போல் மன வலிமையை நம்பியே அவர் இந்தப் போராட்டமுறையைக் கையில் எடுத்தார். சிரமணத் துறவிகளுக்கு அறம்தான் அடிப்படையான கோட்பாடு. அதிலிருந்துதான் மற்றவை உருவாகிவரும்.

காந்திக்கும் அவ்வாறே. அறம் ஈடுயிணையற்ற பலம்கொண்டது என்று அவர் உளமார நம்பினார். அறத்தை ஒரு வலுவான ஆற்றலாக நமக்குள் நிரப்பிக்கொள்ளும்போது, அதற்குமுன்னால் எந்த எதிரியும் நிற்க முடியாது என்று அவர் நம்பினார். அதையே அவர் மற்றவர்களுக்கும் பரிந்துரைத்தார்.

கருணை, அறம் ஆகியவற்றோடு அன்பையும் உண்மையையும் அவர் சேர்த்துக்கொண்டார். அடியோடு புரட்டிப்போடும் புரட்சிகரமான சமூக மாற்றங்களை முன்வைத்தவர்கள் அல்லர் சிரமணர்கள். தேவைக்கேற்ப சீர்திருத்தங்களை மேற்கொள்வதன் மூலம் இப்போதிருக்கும் நிலையில் முன்னேற்றம் காண்பதே அவர்களுடைய குறிக்கோள். காந்தியின் அணுகுமுறையும்

இதுவேதான். காந்தியின் அகிம்சையை அவர் வாழ்ந்த சூழலோடு ஆராயும்போது இப்படியெல்லாம் சிந்திக்கமுடிகிறது என்கிறார் தாப்பர்.

காந்தியின் போராட்டமுறையை இன்று நாம் கைக்கொள்ளுவது சாத்தியமா? அப்படியே எடுத்து இன்றைய காலத்துக்குப் பொருத்த முடியாது. காந்தி எப்படிப் பல்வேறு திசைகளிலிருந்து தனக்குத் தேவையானவற்றைத் தொகுத்துக்கொண்டாரோ அதேபோல் நாமும் செய்யவேண்டும் என்கிறார் தாப்பர். காந்தியின் அகிம்சை வடிவம் அவர் வாழ்ந்த வரலாற்றுக் காலத்தைச் சேர்ந்தது. அந்தக் காலத்தின் அவசியம் கருதி உருப்பெற்றது. நாம் நம் காலத்தின் அவசியத்துக்கேற்ப நமக்கான அகிம்சை வடிவத்தைக் கண்டறிய வேண்டும்.

காந்தி சந்தித்த சில பிரச்சினைகளை நாமும் சந்திக்கிறோம். அதிகாரம் நம் சிந்தனைகளை முடக்கப்பார்க்கிறது. நம் உரிமைகள் மறுக்கப்படுகின்றன. நமக்கான சுதந்தர வெளி கிடைப்பதில்லை. இச்சூழல் அநீதியானது, இதனை மாற்றவேண்டும் என்று காந்தி களத்தில் இறங்கினார். நாமும் அதையே செய்ய வேண்டியிருக்கிறது. இன்று அதிகாரத்திலுள்ள வலதுசாரி அபாயத்தை, இன்றைய தேவைகளுக்கு ஏற்ப நாம் வலுவோடு எதிர்க்கவேண்டும் என்கிறார் தாப்பர். காந்தியைக் கொன்றவருக்குச் சிலை வைக்கவேண்டும் என்றுகூட இன்று சிலர் கேட்கிறார்கள். இதையெல்லாம் நாம் தீவிரமாக எதிர்த்தாகவேண்டும் என்கிறார் தாப்பர்.

இன்று காந்தியின் அடையாளம் என்ன? திரும்பும் இடமெல்லாம் காந்தியின் மூக்குக் கண்ணாடி வரையப்பட்டிருக்கிறது. பதாகைகளில் இடம்பெற்றிருக்கிறது. கட்டடச் சுவர்களில் காண்கிறேன். திறந்தவெளியில் மலம் கழிப்பதால் ஏற்படும் சுகாதாரக் கேடுகளைக் குறிப்பதற்காக காந்தி இங்கெல்லாம் பயன்படுத்தப்பட்டிருக்கிறார். இது முக்கியமல்ல என்று சொல்ல மாட்டேன். ஆனால், காந்தியை நாம் இன்று சுகாதாரத்துக்காக மட்டுமா நினைவுகூரவேண்டும்? அப்படி அவர் அடையாளத்தைச் சுருக்கிவிட்டிருப்பது கவலைகொள்ளச் செய்கிறது என்கிறார் தாப்பர்.

❈

19. பொதுமக்களுக்கான அறிவுஜீவி

நல்ல வரலாறு எழுதப்பட வேண்டுமென்றால் வகுப்பறையை மாற்றியமைப்பதிலிருந்து உங்கள் செயல்பாடுகளைத் தொடங்குங்கள் என்கிறார் ரொமிலா.

ஜேஎன்யு என்பது ஒரு வகையில் ரொமிலாவின் பரிசோதனைச் சாலை. தனக்குக் கிடைத்த அத்தனை வாய்ப்புகளும் தன்னிடம் பயிலும் மாணவர்களுக்கும் கிடைக்க வேண்டும் என்பதில் அவர் உறுதியாக இருந்தார்.

தன்னுடைய வகுப்பறைக்குள் நுழையும்போதே ரொமிலா தெளிவாக அறிவித்துவிடுவார். நான் சொல்வதைக் கேட்டுக் கொண்டு அமர்ந்திருக்காதீர்கள். கையை உயர்த்துங்கள். நீங்கள் படித்ததை என்னோடு பகிர்ந்துகொள்ளுங்கள். நான் சொல்வதை ஏற்க முடியாவிட்டால், ஏன் அப்படி என்று விவாதியுங்கள். சுதந்தரமாக உணருங்கள். அச்சமின்றி பேசுங்கள்.

அவரைப் பொருத்தவரை அரசு எப்போது வகுப்பறைக்குள் ஊடுருவுகிறதோ அப்போதே அந்த வகுப்பறையின் சுதந்தரம் பறிபோய்விடுகிறது. அதனால்தான் பாடத்திட்டங்கள் வகுக்கும்

பணியில் அரசு தலையிடக் கூடாது என்பதை அழுத்தமாகவும் தொடர்ச்சியாகவும் அவர் வலியுறுத்தி வருகிறார். பாரதிய ஜனதா கட்சி ஆட்சிக்கு வரும்போதெல்லாம் பாடப் புத்தகங்கள் திருத்தப்படுவதைச் சுட்டிக்காட்டி தன் எதிர்ப்பை அவர் பதிவு செய்து வந்திருக்கிறார்.

என்சிஈஆர்டி போன்ற அமைப்புகள் சுதந்தரமாக இயங்குவது முக்கியம் என்கிறார் ரொமிலா. தகுந்த பின்புலமும் அனுபவமும் கொண்டவர்களை நியமித்துப் பாடப்புத்தகங்கள் எழுத வைப்பது அவசியம். அரசின் தலையீடு இருந்தால் கல்வி பழுதுபடும். அரசுக்குக் கல்வியையிட அரசியலே முக்கியமானது. ஓர் அரசு தான் சார்ந்துள்ள அல்லது தனக்கு அனுகூலமான கோட்பாட்டையே கல்வியாக முன்னிறுத்த விரும்பும். இந்தத் தவறு அனுமதிக்கப் படக்கூடாது. ஒவ்வொருமுறை அரசு மாறும்போதும் பாடப் புத்தங்களை நாம் மாற்றிக்கொண்டிருக்க முடியுமா?

என் குழந்தை சிபிஎஸ்இ தேர்வுக்காகத் தயாராகிக் கொண்டிருக்கிறது. அக்பர் ஜோதாபாயை மணந்துகொண்டாரா, இல்லையா? இந்தக் கேள்விக்கு என்ன பதில் சொல்லட்டும் என்று பெற்றோர்கள் என்னிடம் கேட்கிறார்கள். கல்விப் புலத்துக்கு வெளியில் இருப்பவர்கள் பாடங்கள் வகுக்க ஆரம்பித்தால் வரலாறு இப்படித்தான் வேடிக்கையாக மாறும் என்கிறார் அவர்.

அரசு தலையீட்டை எதிர்த்து நிற்க வேண்டியது பல்கலைக் கழகங்களின் கடமையும் என்கிறார் ரொமிலா. சுதந்தர வெளியாக வகுப்பறை இருப்பது ஜனநாயகத்துக்கு முக்கியமானது. அதற்கு அச்சுறுத்தல் நேரும்போது மாணவர்களும் ஆசிரியர்களும் கரம்கோத்து நிற்க வேண்டும். நாம் மாணவர்களுக்கே கடப்பாடு மிக்கவர்களாக இருக்க வேண்டும். வரலாறுக்குதான் நேர்மையாக இருக்க வேண்டும் அரசியல்வாதிகளுக்கு அல்ல. அதைச் சொல்லும் துணிச்சல் கல்விக்கூடங்களில் இருப்பவர்களுக்கு இருக்க வேண்டும்.

ஒரு சிறிய திருத்தம் தேவைப்படுவதாக இருந்தாலும் பல்வேறு குழுக்களைக் கலந்தாலோசித்து, மேல்மட்டத்திடம் கலந்தாலோசித்து, அவர்கள் ஒப்புதல் பெற்றபிறகே செய்ய முடியும் என்பது அவலமான நிலை. ஜேஎன்யுவில் வேறு எந்தப் பல்கலைக்கழகத்தின் பாடத்திட்டத்தையும் நாங்கள் பின்பற்றவில்லை. எங்களிடம் கற்க வரும் மாணவர்களுக்கு என்ன தேவை, அவர்களுக்கு எதையெல்லாம் அறிமுகப்படுத்த

வேண்டும், எப்படி என்பதையெல்லாம் நாங்களே விவாதித்து எங்களுக்கான பாடத்திட்டத்தை நாங்களே வகுத்துக்கொண்டோம். மற்றவர்கள் என்ன செய்கிறார்களோ அதை நாங்களும் செய்யக் கூடாது என்பதில் உறுதியோடு இருந்தோம் என்கிறார் ரொமிலா.

பள்ளிக்கூடத்திலிருந்தே மாற்றங்களை ஆரம்பிக்க வேண்டும் என்கிறார் ரொமிலா. பள்ளிக்கு வரும் ஒரு குழந்தைக்கு நாம் என்ன கற்றுக்கொடுக்கிறோம்? நிறைய தகவல்களை அள்ளித் திணிப்பதைக் கடந்து வேறு என்ன செய்கிறோம்? நம் கல்வியின் குறிக்கோள் என்ன? பாடங்களை நினைவில் வைத்திருந்து ஒப்பிப்பது, எழுதுவது கடந்து ஒரு குழந்தையிடமிருந்து என்ன எதிர்பார்க்க வேண்டும் என்றாவது நமக்குத் தெரியுமா?

கேள்வி கேட்குமாறு ஒரு குழந்தையை ஊக்குவிப்பதுதான் மெய்யான கல்வியாக இருக்க முடியும் என்கிறார் ரொமிலா தாப்பர். கேள்வி கேட்கத் தெரிந்த குழந்தைகளே கேள்வி கேட்கத் தெரிந்த குடிமக்களாக வளர்கிறார்கள். இத்தகைய குடிமக்களே ஜனநாயகத்தை உறுதி செய்கிறார்கள்.

ரொமிலா தாப்பர் ஏன் இந்துத்துவர்களால் தீவிரமாக வெறுக்கப் படுகிறார், மூர்க்கத்தனமாக எதிர்க்கப்படுகிறார் என்பதற்கான காரணங்கள் வெளிப்படையானவை. அவர் ஜேஎன்யுவைக் கூர்மையான கேள்விக் கணைகளை உற்பத்தி செய்யும் ஓர் ஆயுதக் கிடங்காக மாற்றியமைத்திருக்கிறார். தன்னிடம் பயின்ற மாணவர் களை ஆற்றல்மிக்க ஆய்வாளர்களாகவும் நேர்மையான அரசியல் செயற்பாட்டாளர்களாகவும் அதிகாரத்தை நோக்கிக் குரலை உயர்த்தும் படைப்பாளர்களாகவும் மாற்றி அமைத்திருக்கிறார்.

வரலாறும் அரசியலும்

1971ஆம் ஆண்டு தொடங்கி 21 ஆண்டுகள் ஜேஎன்யுவில் பணியாற்றியிருக்கிறார் ரொமிலா தாப்பர். ஓய்வுக்குப் பிறகு 1993ஆம் ஆண்டு மதிப்புறு பேராசிரியராக அவர் அங்கிகரிக்கப் பட்டார்.

நரேந்திர மோடி தலைமையிலான அரசு அமைந்த பிறகு ஜேஎன்யுவை நிர்வகிக்க புதிய அதிகாரிகள் நியமிக்கப்பட்டனர். அதன் தொடர்ச்சியாக ஜேஎன்யு மாணவர்கள்மீதும் பேராசிரியர்கள் மீதும் திட்டமிடப்பட்ட அவதூறுகளும் தாக்குதல்களும் நடைபெறுவது வாடிக்கையாகிப் போனது. மோடி அரசின் மக்கள் விரோதக் கொள்கைகளை எதிர்த்து தொடர்ந்து குரல் எழுப்பும்,

போராடும் ஒரு களமாக ஜேஎன்யு இருந்ததுதான் அனைத்துக்கும் காரணம். தனது கனவுப் பல்கலைக்கழகம் சிதறடிக்கப்படுவதைக் காண சகிக்காத ரொமிலா தாப்பர், அரசுக்கு எதிராகவும் மாணவர்கள், பேராசிரியர்களுக்கு ஆதரவாகவும் குரல் கொடுத்துக் கொண்டிருக்கிறார்.

இந்நிலையில் ஜூலை 2019இல் ஜேஎன்யுவிடமிருந்து 87 வயது ரொமிலா தாப்பருக்கு ஒரு கடிதம் வந்து சேர்ந்தது. 'உங்களைப் பற்றிய அடிப்படை விவரங்களை அனுப்பிவையுங்கள். அதை எங்கள் குழு பரிசீலனை செய்து பார்த்துவிட்டு, நீங்கள் இங்கே தொடர்ந்து பதவி வகிக்கலாமா என்பதை முடிவெடுத்து உங்களுக்குத் தெரிவிக்கும்.' எனது விவரங்களை நான் அளிக்கப் போவதில்லை என்று பதில் அனுப்பினார் ரொமிலா தாப்பர். உலகம் முழுவதிலுமிருந்து ரொமிலாவுக்கு ஆதரவான குரல்கள் திரண்டு வந்தன.

தன் அரசியல் பார்வையை வெளிப்படுத்துவதில் ரொமிலா தாப்பர் என்றுமே தயங்கியதில்லை. ஆம், எல்லோரையும் போல் எனக்கும் அரசியல் சார்புகள் இருக்கின்றன. எதேச்சதிகாரத்துக்கும் ஜனநாயகத்துக்கும் இடையில் நடக்கும் போரில் என்னால் நடுநிலை வகிக்க முடியாது. நான் ஜனநாயகத்தின் பக்கம்தான் நிற்பேன். எதேச்சதிகாரத்துக்கு எதிராகத்தான் குரல் கொடுப்பேன்.

ஆய்வுப் புலத்தில் இயங்கும் ஒருவர் அரசியல் பேசலாமா என்று சிலர் கேட்கிறார்கள். சமூகத்தில் வாழும் ஒவ்வொருவரும் தனக்கான அரசியலைத் தேர்வு செய்துகொள்கின்றனர். சிலர் வெளிப்படையாகத் தங்கள் தரப்பை முன்வைக்கின்றனர், சிலர் அவ்வாறு செய்வதில்லை. இன்னும் சிலர் இதுதான் என் அரசியல் பார்வை என்று திட்டவட்டமாக அறிந்திருக்கவில்லை. ஆனால், அவர்களுக்கும் உள்ளுக்குள் அரசியல் சிந்தனை இருக்கிறது.

ஒரு வரலாற்றாசிரியர் அரசியல் பார்வையற்றவராக இருக்க வேண்டும் என்று நான் கருதவில்லை. டி.டி. கோசாம்பியிடம் ஓர் அரசியல் பார்வை இருந்தது. அவருடைய வரலாற்று முறையியலில் அவர் கடைப்பிடிக்கும் அரசியலின் தாக்கத்தை நீங்கள் பார்க்கலாம். அது அவருடைய முறையியலை எந்த வகையிலும் கீழே இறக்கவில்லை. மாறாக, வேறொரு தளத்துக்குதான் உயர்த்துகிறது.

கோசாம்பியின் பார்வை தனித்துவமாக இருப்பதற்கு அவருடைய அரசியலும் ஒரு காரணம். அவர் மார்க்சியத்தின்மீது ஆர்வம்

கொண்டிருந்தார். ஆனால், மார்க்ஸின் கண்கள் வழியாக மட்டுமே அவர் இந்திய வரலாற்றை அணுகினார் என்று சொல்ல முடியாது. அவரிடம் மார்க்சியக் கண்ணோட்டம் இருந்தது. ஆனால், எங்கே, எப்போது மார்க்சியக் கண்ணோட்டத்தைக் கடந்து செல்ல வேண்டும் என்பதையும் அவர் அறிந்திருந்தார். எடுத்துக்காட்டுக்கு, ஆசிய சமூகம் குறித்த மார்க்ஸின் பார்வையை கோசாம்பி அப்படியே ஏற்பதில்லை.

என்னைப் பொருத்தவரை அரசியல் தவறில்லை. என் ஆய்வு எந்தத் திசையில் செல்கிறதோ அந்தத் திசையில்தான் நான் நகர்ந்து கொண்டிருக்க வேண்டுமே ஒழிய, என் அரசியல் கை நீட்டும் இடத்துக்கு நான் சென்றுவிடக் கூடாது. நுண்ணுணர்வுமிக்க ஒரு வரலாற்றாசிரியர் தன் அரசியலுக்கு அல்ல, ஆய்வுக்குக் கட்டுப்பட்டவர். எந்த அரசியல் தலைமைக்கும் அல்ல, பொது மக்களுக்குத்தான் அவர் கடப்பாடு மிக்கவராக இருக்க வேண்டும்.

•

பாடப் புத்தகத்தைத் திருத்தும் போக்கு தொடங்கி பாபர் மசூதி இடிப்பு வரை; வகுப்புவாதம் தொடங்கி வெறுப்பு அரசியல் வரை; ஜேஎன்யு தாக்குதல் தொடங்கி ஜனநாயக விரோதக் கோட்பாடுவரை இந்துத்துவ அரசியலைத் தொடர்ச்சியாக எதிர்த்து நிற்கும் ஓர் அறிவுஜீவியாக ரொமிலா தாப்பர் திகழ்கிறார்.

தாத்ரி, கல்புர்கி, பன்சாரே, கௌரி லங்கேஷ் போன்றோரின் படுகொலைகள் ஆகியவற்றைச் சுட்டிக்காட்டி எச்சரிக்கிறார் ரொமிலா தாப்பர். இனியும் இவர்களை நாம் உதிரிகள் என்று அழைக்க முடியாது. இவர்கள் ஒவ்வொரு நாளும் வளர்ந்து கொண்டிருக்கிறார்கள். இவர்களுடைய கொடுங்கரங்களுக்குள் சிக்கி சீரழிபவர்களின் எண்ணிக்கையும் அதிகரித்துக் கொண்டிருக்கிறது.

பயங்கரவாதிகள் என்றுதான் இவர்களை நாம் அழைக்க வேண்டும். அச்சுறுத்துவதன் மூலமும் அடித்துக்கொல்வதன் மூலமும் இவர்கள் அச்சத்தைத் தோற்றுவிக்கின்றனர். இவர்களுக்கென்று ஒரு வலைப்பின்னல் இருக்கிறது. பக்கபலமாக நிற்க செல்வாக்குமிக்க ஆள்கள் இருக்கிறார்கள். இவர்களுடைய ஆதிக்கப் பிடி இறுகிக்கொண்டிருக்கிறது என்கிறார் ரொமிலா.

கருத்து வேறுபாடுகளைக் கண்டறிந்து அழுத்தும் போக்கு இந்தியாவுக்குப் புதிதல்ல. ஆனால், சமீப காலங்களில் இந்தப்

போக்கு அச்சமூட்டும் அளவுக்குத் தீவிரம் கொண்டிருக்கிறது என்று சுட்டிக்காட்டுகிறார் ரொமிலா. தேசியப் பாதுகாப்புச் சட்டம், சட்டவிரோதச் செயல்பாடுகள் தடுப்புச் சட்டம், ஆயுதப்படை சிறப்பு அதிகாரச் சட்டம் உள்ளிட்டவற்றைப் பயன்படுத்தி பேராசிரியர்கள், சிந்தனையாளர்கள், மாணவர்கள், செயற் பாட்டாளர்கள், எழுத்தாளர்கள் என்று தொடங்கி பல்வேறு பிரிவினர் ஒடுக்குமுறைக்கு உள்ளாகின்றனர். இந்தப் போக்கு கவலையளிக்கிறது.

ஒடுக்கப்படுவோருக்காகக் குரல் எழுப்புவதே தவறென்றால் நாம் எப்படி ஜனநாயக நாட்டில் வாழ்வதாகச் சொல்லிக்கொள்ள முடியும்? முரண்படுவதற்கு ஒருவருக்கு உரிமை இல்லாது போனால் எப்படி விவாதங்கள் நடைபெறும்? விவாதங்கள் இன்றி எப்படி ஒரு ஜனநாயக நாடு நீடித்திருக்கும்? கருத்து வேறுபாடு கொண்டவர்களை 'அர்பன் நக்சல்கள்' என்றும் 'தேச விரோதிகள்' என்றும் முத்திரை குத்துவதும் அவர்களை வேட்டையாடுவதும் அதிர்ச்சியளிக்கக்கூடிய போக்கு என்கிறார் ரொமிலா.

●

இந்து தேசியவாதம் ஏன் எதிர்க்கப்பட வேண்டும் என்பதை ரொமிலா தாப்பர் தன் படைப்புகளில் தெளிவாக விவாதித்திருக்கிறார்.

தேசியவாதமும் இந்து தேசியவாதமும் ஒன்றல்ல. இந்து தேசிய வாதம் இந்துக்களை முதன்மையானவர்களாக, மற்றவர்களைவிட உயர்ந்தவர்களாக முன்னிறுத்துகிறது. மத அடிப்படையில் ஒருவரை உயர்த்தியும் மற்றவர்களைத் தாழ்த்தியும் அணுகுவது அடிப்படை ஜனநாயக மாண்புகளுக்கு எதிரானது. அனைவரும் சமம், அனைவருக்கும் சம உரிமை என்பதே தேசியவாதமாக இருக்க முடியும்.

மதச்சார்பின்மை என்பது இந்திய ஜனநாயகத்தின் அடித்தளமாக இருக்கிறது என்றால் அந்த அடித்தளத்துக்கு எதிரானதாக இந்து தேசியவாதம் இருக்கிறது என்கிறார் ரொமிலா.

ஜனநாயகம் முன்மொழியும் பெரும்பான்மை என்பதும் இந்து தேசியத்தின் பெரும்பான்மையும் வெவ்வேறானவை மட்டுமல்ல, எதிரெதிரானவையும்கூட. எடுத்துக்காட்டுக்கு, ஜனநாயகத்தில் பெரும்பான்மை ஒன்றுகூடி ஒரு முக்கிய முடிவை எடுக்கிறது என்றால் அந்தப் பெரும்பான்மை குழுவில் எல்லாத் தரப்பினரும்

இடம்பெற்றிருப்பார்கள். வேறொரு தருணத்தில் இன்னொரு முடிவை எடுக்க வேறு தரப்பினரை உள்ளடக்கிய பெரும்பான்மையினர் தேர்ந்தெடுக்கப்படுபவர்.

இந்து தேசியத்தைப் பொருத்தவரைப் பெரும்பான்மை என்பது மதப் பெரும்பான்மையை மட்டுமே குறிக்கும். எந்தவொரு சிக்கலாக இருந்தாலும், எந்தவொரு முரண் எழுந்தாலும் ஒரே மாதிரியானவர்களைக் கொண்ட ஒரு திரட்சியே பெரும்பான்மை என்னும் பெயரில் திரளும், முடிவெடுக்கும். பல இடங்களிலிருந்து பல குரல்கள் என்பது ஜனநாயகம் என்றால் ஒரே இடத்திலிருந்து பல குரல்கள் என்பது இந்து தேசியம்.

●

இந்தப் போக்கு மாற வேண்டுமானால் ஜனநாயகம் தழைக்க வேண்டும். அப்பணியை மேற்கொள்வதற்கான வலு இருந்தும் செய்தி ஊடகம் அதைச் செய்வதில்லை என்கிறார் ரொமிலா தாப்பர்.

குறிப்பாக, நான் தொலைக்காட்சி செய்திகள் பார்ப்பதை நிறுத்திக்கொண்டதற்கு ஒரு காரணம் அது என்னால் உள்வாங்கிக் கொள்ள முடியாததாக இருக்கிறது. பல ஊடக நிறுவனங்கள் வேண்டுமென்றே தவறாக வழிநடத்துகின்றன என்றால், வேறு சில கேள்விகளே கேட்க மறுக்கின்றன. பழங்குடிகளின் பிரச்சினைகளை என்றாவது இவர்கள் அக்கறையோடு பேசியிருக்கிறார்களா? அவர்களுடைய வாழ்விடங்களுக்குச் சென்றிருக்கிறார்களா? அவர்களால் ஏன் தங்களுடைய அடிப்படை வாழ்வாதார உரிமைகளை நிலைநாட்ட முடியவில்லை, அவர்கள் எதற்காக, யாருடன் போராடிக்கொண்டிருக்கிறார்கள் என்பதை இவர்கள் என்றாவது விவாதித்திருக்கிறார்களா?

மத்திய இந்தியாவையும் பஸ்தாரையும் எப்போது நாம் கடைசியாகத் தொலைக்காட்சியில் பார்த்தோம்? பழங்குடிகள் பற்றியும் நக்சல் பிரச்சினை குறித்தும் டெல்லியில் அமர்ந்துகொண்டு பலர் கருத்துச் சொல்லக் கேட்டிருக்கிறோம். நீங்கள் ஏன் நக்சல்களை ஆதரிக்கிறீர்கள் அல்லது எதிர்க்கிறீர்கள் என்று எத்தனை பழங்குடிகளிடம் கருத்துக் கேட்டிருக்கிறார்கள்?

நீங்கள் ஏன் துறை சார்ந்தவர்களிடம் அரை மணி நேரம் பேசக் கூடாது என்று நான் சொல்லும்போதெல்லாம் எனக்குக் கிடைக்கும் பதில், அதில் ஒருவரும் ஆர்வம் செலுத்த மாட்டார்கள்; எங்கள்

பார்வையாளர்களை நாங்கள் இழந்துவிடுவோம் என்பதுதான். இதை என்னால் ஏற்க முடியவில்லை என்கிறார் ரொமிலா.

பார்வையாளர்களின் ரசனை இதுவென்றால் நிச்சயம் அதை மாற்றியமைக்க முடியும் என்று நம்புகிறேன். சில ஆண்டுகளுக்கு முன்பு பிரெஞ்சு தொலைக்காட்சியொன்று 30 முதல் 40 நிமிடங்களுக்கு ஒரு புத்தகத்தை அறிமுகப்படுத்தி விவாதிக்கும் நிகழ்ச்சியைத் தொடங்கி வைத்தது. பிரான்ஸில் அதிக வரவேற்பைப் பெற்ற நிகழ்ச்சிகளில் ஒன்றாக இது இன்று மாறியிருக்கிறது.

ஒருவேளை பிரான்ஸில் உயர் படிப்புப் படித்தவர்களின் எண்ணிக்கை மிகுந்திருப்பதால் இது நடந்துவிட்டதோ என்று நினைக்க வேண்டாம். மற்ற ஐரோப்பிய நாடுகளைப் போன்ற ஒரு நாடுதான் பிரான்ஸும். ஆனால், அது வழக்கமான பார்வையாளர் தளத்துக்கு மட்டுமல்லாமல் பல்வேறு தரப்பினருக்காகவும் சிந்தித்து, பலதரப்பட்ட நிகழ்ச்சிகளை நடத்த முடிவெடுத்தது. இதைச் செய்யக் கொஞ்சம் அதிக தூரம் அவர்கள் சென்றது உண்மைதான். ஆனால், இதை எல்லோராலும் செய்ய முடியும் அல்லவா?

தகவல்களைக் கொண்டு சேர்க்கும் இடத்திலிருந்து ஒரு கோட்பாட்டைப் பரப்புரை செய்வதற்கான தளமாக ஊடகம் இன்று மாறிவிட்டிருக்கிறது. 2015ஆம் ஆண்டு வன்முறைச் சம்பவங்கள் வெடித்தபோது பல தொலைக்காட்சி நிறுவனங்கள் என்னைத் தொடர்புகொண்டன. அவர்களில் சிலர் என்னை நேர்காணல் செய்தனர். நான் நேரடியாகவே என் பார்வையைப் பகிர்ந்து கொண்டேன். அவை அப்படியே ஒளிபரப்பாயின. ஆனால், இரு நிறுவனங்கள் என்னிடம் நேரம் பெற்றுக்கொண்டு, பிறகு அழைத்து, 'மன்னிக்கவும், எங்களுக்கு அனுமதி கிடைக்கவில்லை' என்று சொல்லிவிட்டன. ஒரு பத்து நிமிட நேர்காணலுக்கு மேலிருப்பவர்களிடமிருந்து அனுமதி மறுக்கப்பட்டிருக்கிறது என்றால் ஊடக நிறுவனங்களால் எப்படிச் சுதந்தரமாகச் செயல்பட முடியும் என்று கேள்வி எழுப்புகிறார் ரொமிலா.

தேசியவாதம் என்னும் பெயரில் நடைபெறும் அநீதிகளை ஏன் ஊடகங்கள் அழுத்தமாகச் சுட்டிக்காட்டுவதில்லை, இது தேசியவாதமல்ல என்று ஏன் அவர்களால் சொல்ல முடிவதில்லை? காஷ்மிர் பற்றியும் பஸ்தார் பற்றியும் தேவாலயங்கள் கொளுத்தப் படுவது பற்றியும் நாம் எப்போது மனம் திறந்து அக்கறையோடு

விவாதிக்கப் போகிறோம்? இவை செய்திகள் அல்ல, நம்மை எல்லாம் பாதிக்கும் முக்கியமான பிரச்சினைகள் என்பதையும் அவற்றுக்குப் பல்வேறு கோணங்கள் இருக்கும் என்பதையும் எப்போதும் வெளிப்படையாக ஒப்புக்கொள்ளப் போகிறோம்? இவற்றையெல்லாம் விவாதிப்பது தேசவிரோதமல்ல என்பதை ஊடகம் எப்போது உரக்கச் சொல்லப் போகிறது?

●

ஜனநாயகம் என்னும் நிறுவனத்தைப் பலப்படுத்துவதில் பொதுமக்களுக்கான அறிவுஜீவி முக்கியப் பங்கு வகிக்கிறார் என்கிறார் ரொமிலா தாப்பர்.

யாரைப் பொது அறிவுஜீவி என்று அழைக்க முடியும்? ஓர் இதழியலாளரை இவ்வாறு அழைக்கலாமா என்றால் என் பதில், எல்லா இதழியலாளர்களையும் அல்ல. பொதுமக்களால் மதிக்கப்படும் ஒருவரை அவ்வாறு அழைக்கலாம் என்பதுதான். மக்களின் மதிப்பைப் பெற்ற, மக்களுக்கு நன்மை புரியும்வகையில் பணியாற்றக்கூடிய ஓர் இதழியலாளரை, சமூக ஆய்வாளரை, அறிவியலாளரைப் மக்களுக்கான அறவுஜீவி என்று அழைக்க முடியும். அப்படிப்பட்ட ஒருவர் அறவுணர்வு மிக்கவராக இருப்பார். தன் அறிவை அவர் தன் மக்களோடு பகிர்ந்துகொள்வார். அவர் அறிவு நம்பத்தகுந்ததாக இருக்கும்.

மக்களுக்கான அறவுஜீவி சிவில் சமூகத்தோடு தொடர்புள்ளவராக இருப்பார். குடிமக்கள் தங்கள் கடமைகளை, உரிமைகளைச் சரியாகக் கடைப்பிடிக்கிறார்களா என்பதோடு அவர்களுடைய உரிமைகள் பாதுகாக்கப்படுகின்றனவா, அவர்களுடைய சுதந்தரம் உறுதிசெய்யப்பட்டுள்ளதா என்பதையும் அவர் கவனிப்பார்.

மக்களுக்கான அறிவுஜீவிகளாக வரலாற்றாசிரியர்களும் செயல்பட முடியும். நான் ஆய்வு மட்டுமே செய்வேன் என்று கோட்டை கோபுரங்களில் வரலாற்றாசிரியர்கள் தனிமைப்படுத்திக்கொண்டு வாழ வேண்டியதில்லை. சமூகத்தின் அங்கம் என்னும் வகையில் சமூகத்தின் பிரச்சினைகளில் அவர்கள் கவனம் செலுத்த வேண்டும் என்று வலியுறுத்துகிறார் ரொமிலா.

வரலாற்றின் பெயரால் அரசியல்வாதிகள் பொய்களைப் பரப்பும்போது, வரலாற்றின் பெயரால் வகுப்புவாதம் வளர்க்கப் படும்போது, வரலாற்றின் பெயரால் மக்களுக்கு இடையில் பகை மூட்டிவிடப்படும்போது ஒரு வரலாற்றாசிரியர் தன் துறையின்

மரியாதையைக் காப்பதற்காகவாவது களத்தில் இறங்கியாக வேண்டும் என்கிறார் அவர்.

ரொமிலா தாப்பரின் வரையறை வேறெவரையும்விட அவருக்கே அதிகம் பொருந்தி வருகிறது.

●

பாராட்டுகளும் சர்வதேச விருதுகளும் முனைவர் பட்டங்களும் உலகம் முழுவதிலுமிருந்து திரண்டு வந்திருக்கின்றன. நோபலில் அடங்காத துறைகளுக்குக் கொடுக்கப்படும் மதிப்புமிக்க குளூக் விருது 2008ஆம் ஆண்டு அவருடைய வாழ்நாள் சாதனைக்காக ரொமிலா தாப்பருக்கு அளிக்கப்பட்டது. பத்ம பூஷன் விருதை மட்டும் ஏன் இருமுறை மறுத்துவிட்டீர்கள் என்று கேட்டபோது, அரசு அளிக்கும் விருது வேண்டாம். என் துறையிலிருந்து வரும் அங்கீகாரத்தை மட்டுமே ஏற்பேன் என்றார் ரொமிலா.

பிப்ரவரி 2016இல் கண்ணையா குமார் உள்ளிட்ட மூன்று மாணவர்கள் கைது செய்யப்பட்டபோது, ஜேஎன்யு முற்றுகை இடப்பட்ட ஒரு கோட்டையாக மாறியது. போராட்டத்தில் கலந்துகொண்ட ரொமிலா தாப்பர், எது தேசியவாதம், எது தேச விரோதம் என்பதைத் தெளிவுபடுத்தும் வகையில் உத்வேகமூட்டும் உரையொன்றை நிகழ்த்தினார். டெல்லியில் நடைபெற்ற ஷாகின் பாக் போராட்டத்தில் ஊன்றுகோலோடு வந்து நின்றார். ஆனந்த் டெல்டும்டே கைதானபோது ரொமிலாவின் எதிர்க்குரல் அழுத்தமாக வெளிவந்தது. பெருந்தொற்று காலத்திலும் ஓய்வெடுக்க மறுத்து ஒரு மணி நேரத்துக்கு மேல் நீளும் இரு உரைகளை இணையம் வாயிலாக இதுவரை நிகழ்த்திவிட்டார்.

●

நீங்கள் மதச்சார்பற்றவர். உங்களுக்கு மறுபிறவி குறித்து நம்பிக்கை இருக்காது என்று எனக்குத் தெரியும். இருந்தாலும் கேட்கிறேன். ஒருவேளை உங்களுக்கு அடுத்த பிறப்பு சாத்தியப்பட்டால் என்னவாக இருக்க விரும்புவீர்கள்?

இந்தக் கேள்விக்கு ரொமிலா தாப்பர் அளித்த விடை பின்வருமாறு:

மீண்டும் வரலாற்றாசிரியராகவே இருக்க விருப்பம் என்று சொல்லலாமா? அறுபதாண்டுகளுக்கு முன்னால் நான் தொடங்கியதைவிட இன்று சிந்தனைக்குச் சவால் விடும் அளவுக்கு வரலாறு வளர்ந்திருக்கிறது.

ஆனால், மீண்டும் வரலாற்றையே நான் எடுக்க வேண்டுமா என்ன?

ஒருவேளை நான் இன்னொரு பிறவி எடுத்து படிக்கத் தொடங்கினால் வேறொரு துறையைத் தேர்வு செய்யவே விரும்புவேன். ஆனால், எதை எடுப்பது? இதுதான் என் பிரச்சினை.

மறுபிறவியை விடுங்கள், இந்தப் பிறவியிலேயே எனக்குத் தேவையானதைத் தேர்ந்தெடுப்பதற்கு நிறைய திணறியிருக்கிறேன். எனக்கு ஏகப்பட்ட விஷயங்கள்மீது ஆர்வம் இருக்கிறது. அவற்றில் ஒன்றை மட்டும் தேர்ந்தெடுப்பது என்பது எப்போதுமே எனக்குப் பிரச்சினைக்குரியதுதான்.

சரி, இதைச் செய்வோம் என்று ஒன்றை நெருங்கிச் செல்லும்போது, இதற்குப் பதிலாக அதை எடுத்திருந்தால் நன்றாக இருந்திருக்குமோ என்று மனம் பரபரக்கும். மறுபிறவியிலும் என்னால் ஒருமனதோடு எதையேனும் தேர்ந்தெடுக்க முடியும் என்று எனக்கு நம்பிக்கையில்லை.

வானியல் படித்திருந்தால் கட்டற்ற கற்பனையில் திளைத்திருக்கலாம் என்று சில நேரம் ஏங்கியிருக்கிறேன். ஒருவேளை வானியல் நிபுணராக மாறியிருந்தால், என் கற்பனை நான் ஏங்கிய அளவுக்கு விரிந்து பரவியிருக்கும் என்று எனக்குத் தோன்றவில்லை. ஒருவேளை தாவரவியல் படித்திருந்தால் சுவையான அனுபவங்கள் கிடைத்திருக்கலாம்.

தெரியவில்லை. வரலாறுக்கு இந்த ஒரு பிறவி போதும் என்று தோன்றுகிறது. அடுத்த பிறவியில் வேறு ஏதேனும் புதிதாகச் செய்ய முடியுமா என்று பார்க்கிறேன்.

ABVP
2016
TO LEARN WHO RULES
OVER YOU, SIMPLY
FIND OUT WHO YOU ARE
NOT ALLOWED
TO CRITICIZE. -Voltaire
aisa
ABVP-JNU

உரையாடல்

வரலாறு என்றால் என்ன?

முற்கால இந்திய வரலாறு குறித்த நம் புரிதலில் மாபெரும் பாய்ச்சல் நிகழ்ந்தது ரொமிலா தாப்பர் எழுதத் தொடங்கிய பிறகுதான். வரலாறு எழுதப்படும் முறையையும் புரிந்துகொள்ளப்படும் விதத்தையும் அவருடைய படைப்புகள் பெருமளவில் மாற்றிக்காட்டின. இந்தியர்கள் வரலாற்றுணர்வு அற்றவர்கள் என்னும் காலனியாதிக்கக் கருத்தியலை தனது தனித்துவமான ஆய்வுகள்மூலம் திருத்தியமைத்தவர் தாப்பர்.

முதல் நூல், *Asoka and the Decline of the Mauryas* (1961). 2013ஆம் ஆண்டு வெளிவந்த *The Past Before Us: Historical Traditions of Early North India* அவருடைய தலைசிறந்த படைப்பாகக் கொண்டாடப் படுகிறது. *A History of India, Vol. 1* (1966), *From Lineage to State* (1984), *Sakuntala* (1999), *Cultural Pasts* (2000), *Somanatha* (2004) உள்ளிட்ட பல நூல்களையும் நூற்றுக்கணக்கான ஆய்வுக்கட்டுரைகளையும் எழுதியிருக்கிறார். ஜவாஹர்லால் நேரு பல்கலைக்கழகத்தின் மதிப்புறு பேராசிரியர். பல விருதுகளைப் பெற்றவர். சமூக அக்கறையுள்ள அறிவுஜீவி. புது தில்லியில் அவரது இல்லத்தில் மருதன் நடத்திய நேர்காணலில் இருந்து சில பகுதிகள்.

•

ரொமிலா தாப்பருடன் நூலாசிரியர்

அசோகர், முற்கால இந்தியா, ராமாயணம், ரிக் வேதம், பண்பாடு, சோமநாதா, சகுந்தலா, மதச்சார்பின்மை, வகுப்புவாதம், தேசியவாதம், ஆரியர் பிரச்சினை என்று நீங்கள் இயங்கும் உலகம் வியப்பூட்டும் அளவுக்குப் பரந்தும் விரிந்தும் இருக்கிறது. ஒரு வரலாற்றாசிரியராக மட்டுமின்றி நடப்பு விவகாரங்களில் அக்கறை செலுத்தும் ஒரு சமூக அறிவுஜீவியாகவும் உங்களால் இருக்கமுடிவது எப்படி?

ஆம், அதுவொரு பெரிய தளம்தான். ஆனால், இப்படியொரு பெரிய தளத்தில் இயங்கும் அளவுக்கு எனக்கு வயதாகிவிட்டது என்பதை நீங்கள் மறந்துவிடக்கூடாது. ஒரு சமூகத்தில் வாழும் போது அச்சமூகம் எதிர்கொள்ளும் பிரச்சினைகள் குறித்து எதிர்வினையாற்றவேண்டிய அவசியம் நேர்ந்துவிடுகிறது. எனக்கும் சமூகத்துக்கும் தொடர்பில்லை; என் ஆய்வே முக்கியம் என்று பிறவற்றிடமிருந்து துண்டித்துக்கொள்ள முடிவதில்லை. அதனால்தான் நான் சில சமயங்களில் என் ஆய்வுப்புலத்தைக் கடந்து எழுதவும் பேசவும் செய்கிறேன். ஜேஎன்யு (ஜவாஹர்லால் நேரு பல்கலைக்கழகம்) அச்சுறுத்தலுக்கு உள்ளாகும்போது,

பாடப்புத்தகங்கள் மாற்றியெழுதப்படும்போது, அரசியல் நோக்கங்களுக்காக வரலாறு திரிக்கப்படும்போது நான் பேச வேண்டியிருக்கிறது. அதற்கான தேவையை இன்றைய சூழல் உருவாக்கியிருக்கிறது.

அதனால்தான் வரலாற்றுத் துறையைச் சேர்ந்த பலரும் பொதுப் பிரச்சினைகள் குறித்தும் வெளிப்படையாக இன்று விவாதித்துக் கொண்டிருக்கிறார்கள். இந்தத் தலைமுறையைச் சேர்ந்த இளம் வரலாற்றாசிரியர்கள் சூரியனுக்குக் கீழுள்ள அனைத்தைப் பற்றியும் ஆர்வம் காட்டுகிறார்கள். திறந்த மனத்தோடு எதையும் அணுகுகிறார்கள்.

மற்றபடி ஒரு வரலாற்றாசிரியர் குறிப்பிட்ட ஒரு துறையைத் தெரிவு செய்து அதற்குத் தனிக் கவனம் செலுத்துவது முக்கியம். கல்விப்புலம் சார்ந்த ஆய்வுப்பணிகளுக்கு இதுவே ஏற்றதாக இருக்கும். ஒரு வரலாற்றாசிரியராக நீங்கள் என்ன செய்கிறீர்கள் என்பது வேறு; வரலாறு தவிர வேறு எதிலெல்லாம் உங்களுக்கு ஆர்வம் இருக்கிறது என்பது வேறு. ஒன்றுக்காக இன்னொன்றைக் கைவிடவேண்டியதில்லை.

அறிவுஜீவியும் சமூகத்தின் ஒரு பங்குதான் என்னும் வகையில் அவருக்கும் சில சமூகக் கடமைகள் இருக்கின்றன. சக மனிதர்களின் உரிமைகள் அச்சுறுத்தலுக்கு உள்ளாகும்போது, அவர்களுடைய நியாயமான கோரிக்கைகள் மறுக்கப்படும்போது, சமூக நீதி அவர்களுக்குச் சாத்தியமாகாதபோது அறிவுஜீவிகள் அவர் களுக்காகக் குரல் கொடுக்கவேண்டும் என்று நினைக்கிறேன்.

உலகளவில் இதற்கு முன்னுதாரணங்கள் இருக்கின்றன. தான் பாதிக்கப்பட்டாலும் பரவாயில்லை என்று சாக்ரடீஸ் அதிகாரத்துக்கு எதிராகக் குரல் கொடுத்தார். காலம் காலமாக நிலவிவந்த நடைமுறைகளை, நம்பிக்கைகளை டேவிட் ஹியூம், வால்டேர், ரூஸோ போன்ற பல தத்துவவியலாளர்கள் கேள்விக்கு உட்படுத்தினர். மதம், அரசியல் என்று அதிகாரம் எந்த வடிவில் வந்தாலும், அது எத்தகைய பலம் பொருந்தியதாக இருந்தாலும் அதை எதிர்ப்பதற்கான உரிமையை அறிவுஜீவிகள் நிலைநாட்டினர். அந்த உரிமையைப் பரவலாக்கவும் அவர்கள் போராடினர்.

சாக்ரடீஸ் வாழ்ந்த அதே பொ.யு.மு. 5ஆம் நூற்றாண்டில் வாழ்ந்த புத்தர் தன் காலத்தில் செல்வாக்கு செலுத்திய அனைத்தையும் கேள்வி கேட்பவராக, எதையும் பகுத்தாய்பவராக, எல்லா வற்றுக்கும் காரண காரியங்களைக் கண்டறிய விரும்பியவராகத்

திகழ்ந்தார். சிரமணர், சார்வாகர், ஆசீவகர், இறை நம்பிக்கையற்றோர், பகுத்தறிவாளர் என்று அதிகார பீடங்களோடு முரண்படும் அனைவரும் நாத்திகர்கள் என்று அழைக்கப்பட்ட காலம் ஒன்றிருந்தது. தன்னோடு உடன்படாதவர்களுக்கு தற்போதைய அரசு வேறு பெயர்களை அளித்திருப்பது நமக்குத் தெரியும்! ஆனால் இதையெல்லாம் கடந்து, ஒரு துடிப்பான சமூகத்தைக் கட்டமைக்கவேண்டியிருக்கிறது. வரலாறு அதற்கு ஒரு கருவியாக இருக்கும் என்று நம்புகிறேன்.

வரலாறுக்கும் மதத்துக்கும் என்ன தொடர்பு? ஒரு வரலாற்றாசிரியர் மதம் சார்ந்த பிரதிகளுக்கு ஏன் முக்கியத்துவம் கொடுக்கவேண்டும்?

அசோகரைப் பற்றி நான் ஆய்வு செய்யவேண்டுமானால் பௌத்தத்தைத் தவிர்க்க முடியாது. பௌத்தத்தின் வரலாற்றை, அதன் தத்துவத்தை, அதன் சமூகப் பாத்திரத்தைத் தெரிந்து கொள்ளாமல் அசோகரைப் புரிந்துகொள்ள இயலாது. அசோகரின் பௌத்தம் எத்தகையது என்பதைத் தெரிந்துகொள்ளவேண்டு மானால் அவருடைய கூற்றுகளை நான் பௌத்தப் பிரதிகளோடு ஒப்பிட வேண்டும். ஒற்றுமைகளையும் வேற்றுமைகளையும் விவாதித்தாக வேண்டும். அதே போல் முற்கால இந்தியாவை ஆராய வேதம், புராணம், இதிகாசம், வம்சாவளிகள், சமய மடப் பதிவேடுகள் என்று பல பிரதிகளை ஆராயவேண்டியிருக்கிறது. முற்கால இந்தியர்கள் வரலாற்றுணர்வு பெற்றிருந்தனரா, அவர்கள் தங்களுடைய கடந்த காலத்தை எவ்வாறு புரிந்துகொண்டனர் அல்லது புரிந்துகொள்ள விரும்பினர் என்பன போன்ற கேள்விகளுக்கு விடை காண அவர்களுடைய மதம் சார்ந்த பதிவுகளும் தேவைப்படுகின்றன. *The Past Before Us* நூலில் இதை விவாதித்திருக்கிறேன்.

எனது ஆய்வுப்பொருளுக்கு ஏற்ற அளவுக்கு மட்டுமே நான் மத இலக்கியங்களை வாசித்திருக்கிறேன். இந்து மதம் மட்டுமல்ல பிற சமய நூல்களுக்கும் இது பொருந்தும். இயன்றவரை எல்லாத் தரப்புகளையும் உள்ளடக்கியதாக, பல்வேறு குரல்களில் பேசக் கூடியதாக வரலாறு இருக்கவேண்டும் என்று நினைக்கிறேன். என்னுடைய சோமநாதா புத்தகத்தை எடுத்துக்கொண்டால் பாரசீகக் குறிப்புகள், சமஸ்கிருதப் பிரதிகள், சமணப் பதிவேடுகள், பழங்குடியினப் பதிவுகள் என்று பல்வேறு குரல்கள் அதில் ஒலிப்பதைப் பார்க்கலாம். மதம் ஒரு முக்கியமான தரப்பு என்னும் வகையில் அதை ஒரு வரலாற்றாசிரியர் ஆராய்வது அவசியம்.

மதத்துக்கும்கூடப் பல குரல்கள் இருக்கின்றன என்பதைக் கவனப்படுத்த வேண்டியிருக்கிறது.

வரலாற்றுச் சூழல்களுக்கு ஏற்ப மதங்கள் மாற்றம் பெறுவது இயல்பு. அனைத்து மதங்களுமே அவை தோற்றுவிக்கப்பட்டபோது இருந்த வடிவத்திலிருந்து இன்று பெரிதும் மாறியிருக்கின்றன. இது இந்து மதத்துக்கும் பொருந்தும். ஒன்றுக்கும் மேற்பட்ட வடிவங்களில் பின்பற்றப்பட்டு வருவதாலும் புரிந்துகொள்ளப்படுவதாலும் இந்து மதத்தைச் சிலர் இந்து மதங்கள் என்றுகூடக் குறிப்பிட விரும்புகின்றனர். இந்து மதம் என்று நாம் இன்று அழைப்பது வேத கால பிராமணியத்தையல்ல. வேதகாலச் சடங்குகள் இன்று மேற்கொள்ளப்படுவதில்லை. வேதகால வழிபாட்டு முறைகள் பின்பற்றப்படுவதில்லை. கோயில்கள் மாறிவிட்டன. கடவுளர்கள் மாறிவிட்டனர். புதிய கடவுளர்களும் தோன்றியிருக்கின்றனர். எனக்குத் தெரிந்து சமீபத்தில் இணைந்துகொண்டவர் சந்தோஷிமா. காயத்ரி மந்திரம் போன்ற சில விதிவிலக்குகள் நீங்கலாக இந்துக்கள் இன்று உச்சரிக்கும் மந்திரங்கள் அனைத்தும் சமீப காலத்தியவை. ஒரு சராசரி இந்து தன்னுடைய மொழியில்தான் கடவுளை வணங்குகிறார், சமஸ்கிருதத்தில் அல்ல. இந்து மதத்தின் தனிச் சிறப்பான பண்புகள் என்று இவற்றைச் சொல்லலாம். பல்வேறு பிரிவுகளை உள்ளடக்கியதாக, பல்வேறு நம்பிக்கைகளைக் கொண்டிருப்பதாக, மாறுபட்ட வழிபாட்டு முறைகளைக் கொண்டதாக இந்து மதம் அமைந்திருக்கிறது.

தொடக்கம் முதலே நெகிழ்வுத்தன்மை கொண்ட ஓர் அமைப்பாக இருந்ததால், இந்து மதம் ஒவ்வொரு வரலாற்றுக் கட்டத்திலும் அப்போதைய நிலைமைக்கேற்ற மாற்றங்களை ஏற்றுக்கொண்டு வளர்ந்திருக்கிறது. பக்தி இயக்கம், தாந்தரீகம், சைவ சித்தாந்தம், பிரம்ம சமாஜம், ஆரிய சமாஜம் என்று பல்வேறு கூறுகள் அதில் அடங்கியிருக்கின்றன. கடவுள் மறுப்பாளர்கள்கூட அதன் குடையின்கீழ் இருந்தனர். இந்தப் பன்முகத்தன்மை இன்று அச்சுறுத்தலுக்கு உள்ளாகியிருக்கிறது. இதை ஒரு வரலாற்றாசிரியர் கவனப்படுத்த வேண்டியது அவசியம். மற்றபடி, மத வரலாறு என்பது தனியொரு துறை. இங்கே அத்துறை சார்ந்த ஆய்வுகள் அதிகம் முன்னெடுக்கப்படவேண்டும்.

நீங்கள் சொல்வதைப் பார்க்கும்போது ஒரு வரலாற்றாசிரியர் மத நம்பிக்கையற்றவராக இருந்தால்தான் அவருடைய ஆய்வு சார்புகளின்றி அமையும் என்று தோன்றுகிறது. இது சரியா?

மத நம்பிக்கையாளர்களும் சிறந்த வரலாற்றாசிரியர்களாக இருந்திருக்கிறார்கள். ஒரு வரலாற்றாசிரியருக்கு அவருடைய மத நம்பிக்கை ஒரு தடையாக இருக்கும் என்று நான் நினைக்க வில்லை. வரலாறு என்பது அறிவுப்பூர்வமான ஒரு துறை. அதில் கதைகளுக்கோ உணர்ச்சிகளுக்கோ இடமில்லை. வரலாறுக்கென்று ஒரு தனித்த முறையியல் இருக்கிறது.

ஒரு வரலாற்றாசிரியர் முதலில் செய்யவேண்டியது என்ன? எங்கிருந்தெல்லாம் சாத்தியமோ அங்கிருந்தெல்லாம் எல்லாச் சான்றுகளையும் இயன்றவரை திரட்டிக்கொள்ளவேண்டும். பிறகு இலக்கியம், மதம், தொல்லியல் என்று அந்தச் சான்றுகளைப் பிரித்தெடுத்து வகைப்படுத்த வேண்டும். அதைச் செய்த பிறகு, சான்றுகள் எங்கிருந்து கிடைத்தனவோ அவற்றின் மூலத்தை அலச வேண்டும். அதன் நம்பகத்தன்மையை உறுதிசெய்துகொள்ள வேண்டும். மிகவும் முக்கியமான இந்தக் கட்டத்தில்தான் மத நம்பிக்கைகளும் இன்னபிற பற்றுதல்களும் குறுக்கிடுகின்றன.

எடுத்துக்காட்டுக்கு, ஆழ்ந்த நம்பிக்கையுள்ள ஒரு வைணவராக நான் இருந்துகொண்டு வைணவத்தின் வரலாற்றை ஆராயும்போது, சிலவற்றைச் சார்போடு அணுகுவதற்கான வாய்ப்பு நிச்சயம் இருக்கிறது. அதை மறுக்க முடியாது. அப்படிப்பட்ட சூழலில் இரண்டு சாத்தியங்கள் உள்ளன. ஒன்று, என் சார்பு என் ஆய்வுப் பார்வையை மறைப்பதை நான் கவனிக்காமல் விட்டுவிடுவது. அல்லது அதை விழிப்போடு உணர்ந்து, மாற்ற முயல்வது. இதை எப்படிச் செய்வது?

ஓர் அறிவார்ந்த வரலாற்றாசிரியர் தான் திரட்டிய ஆதாரங்களைத் தனது நம்பிக்கைகளிலிருந்தும் சார்புகளிலிருந்தும் விலக்கிவைத்து அணுகுவார். என் ஆதாரங்கள் தர்க்கத்திற்குப் பொருந்துகின்றதா? அந்த ஆதாரங்களின் அடிப்படையில் ஒரு முடிவுக்கு நான் வருவதற்கு முன்பு, அவற்றின் நம்பகத்தன்மையைக் கணக்கில் கொண்டிருக்கிறேனா என்பதை உறுதி செய்துகொள்வார். ஆம், அவை நம்பகமான ஆதாரங்களே என்பது உறுதியானால், அருகருகில் நிறுத்திவைத்து இன்னின்ன நிகழ்வுகள் குறிப்பிட்ட காலத்தில் நடைபெற்றிருக்கின்றன, அவற்றுக்கு இன்னின்ன ஆதாரங்கள் இருக்கின்றன என்று விவரிப்பார். பிறகு, இந்த நிகழ்வுகளுக்கு இடையில் தொடர்பிருக்கிறதா என்று ஆராய்வார். அடுத்து, அவற்றுக்கான காரணங்களை, காரணங்களுக்கான வேர்களைத் தேடிச் செல்வார். வரலாற்றுக் காரண காரிய வாதம் என்று இந்த முறையியல் அழைக்கப்படுகிறது. இதைப் பயன்

படுத்துவதற்குப் பகுத்தறிந்து பார்க்கும் திறனும் கடினமான கேள்விகளை எழுப்பும் ஆற்றலும் தேவைப்படுகிறது.

கடந்த காலத்தில் இப்படியொரு நிகழ்வு நடந்திருக்கிறது என்பதை வெறுமனே நம்பிக்கை அடிப்படையில் பதிவு செய்யாமல், அதன் காரண காரியங்களை ஆராய்ந்து விளக்க முற்படும்போது தெளிவு கிடைக்கிறது. ஒரு நிகழ்வு எந்த அளவுக்கு முக்கியமோ அந்த அளவுக்கு அதைப் பற்றிய விளக்கமும் முக்கியம். நான் ஏற்கெனவே குறிப்பிட்டதைப் போல் இது ஓர் அறிவார்ந்த செயல்பாடு. தகுந்த முறையில் இதில் ஈடுபடும் ஒருவருக்கு அவருடைய மத நம்பிக்கை பெரும் தடையாக இருக்காது.

மற்றபடி நாம் அனைவருமே சார்புகளைக் கொண்டிருப் பவர்கள்தாம். அது மதம் சார்ந்த, கடவுள் நம்பிக்கை சார்ந்த சார்பாகத்தான் இருக்கவேண்டும் என்றில்லை. எனக்கும் சார்புகள் உள்ளன. ஆனால், ஒரு வரலாற்றாசிரியராக நான் எனக்கு நேர்மையாக நடந்துகொண்டால், என் சார்புகள் பெருமளவில் மறைய ஆரம்பிக்கும்.

சார்புகள் சுட்டிக்காட்டப்பட்டால் ஒரு வரலாற்றாசிரியர் அதை நிச்சயம் பொருட்படுத்துவார். என் சார்பு காரணமாகத் தமிழ்நாடு குறித்து ஒரு பிழையான கருத்தை முன்வைக்கிறேன் என்று வைத்துக்கொள்ளுங்கள். அதற்கான எதிர்வினை என்பது தமிழ்நாட்டைச் சேர்ந்த ஒரு வரலாற்றாசிரியரிடமிருந்து தகுந்த ஆதாரங்களோடு வரும் மறுப்பாக இருக்கும். அந்த மறுப்பு உண்மையாக இருக்கும் பட்சத்தில் நான் என் கருத்தை மறுபரிசீலனை செய்யவேண்டியிருக்கும். நான் ஏன் அவ்வாறு பிழையாகக் குறிப்பிட்டேன்? அதற்கு என் சார்புநிலை காரணமா? என்னும் கேள்விகளை எனக்குள் கேட்டுக்கொள்வேன். என் தவறையும் திருத்திக்கொள்வேன். சிரமண மதங்களில் எனக்கு ஈடுபாடு அதிகம் என்றால் அவற்றைப் பற்றி எழுதும்போது நான் மேலதிகக் கவனம் செலுத்தவேண்டியிருக்கும்.

ஒரு வரலாற்றாசிரியர் மத நம்பிக்கை கொண்டவரா, நம்பிகையற்றவரா என்பது முக்கியமில்லை. அவருடைய படைப்பை முன்வைத்தே கேள்விகளை எழுப்பமுடியும். உங்கள் ஆதாரத்தை எங்கிருந்து திரட்டினீர்கள்? அந்த ஆதாரத்தின் மூலம் என்ன? அதன் நம்பகத்தன்மையை நீங்கள் எவ்வாறு உறுதி செய்தீர்கள்? நீங்கள் விவரிக்கும் நிகழ்வுகளுக்கும் காரணங்களுக்கும் மத்தியிலான தொடர்புகள் தர்க்கரீதியிலானவையா? இந்தக்

கேள்விகளுக்குக் கிடைக்கும் விடைகளின் அடிப்படையில் குறிப்பிட்ட வரலாற்றுப் பிரதியை நீங்கள் ஏற்கவோ மறுக்கவோ செய்யலாம்.

இந்துக்கள் கொல்லப்பட்டதற்கும் கோயில்கள் இடிக்கப்பட்டதற்கும் பல்வேறு ஆதாரங்கள் இருக்கும்போது, இஸ்லாமிய ஆட்சி இந்துக்களுக்கு எதிரானதாக இருந்தது என்னும் முடிவுக்குதானே ஒருவர் வந்து சேருவார்?

வரலாற்றைக் குறுகலாகவும் பிழையாகவும் புரிந்து கொள்ளும் போது தவறான முடிவுகளுக்கு வந்து சேர்கிறோம். இந்துக் களுக்கும் முஸ்லிம்களுக்கும் இடையில் வரலாறு நெடுகிலும் பகையுணர்ச்சி இருந்திருக்கிறது என்பது அத்தகைய ஒரு புரிதல். ஆரியம்-திராவிடம் என்பதைப் போல் இந்து-முஸ்லிம் என்னும் இருமையைக் காலனியாதிக்க வரலாற்றாசிரியர்களும் அதிகாரி களும் இணைந்து உருவாக்கியதன் விளைவு இது. அவக்கேடாக, அந்தப் பொதுமைப்படுத்திய சித்திரத்தை இன்னமும் நாம் உயர்த்திப் பிடித்துக்கொண்டிருக்கிறோம்.

இந்தச் சித்திரத்தை வழங்கியவர்களில் ஒருவரான ஜேம்ஸ் மில் 1817இல் நவீன இந்திய வரலாற்றை எழுதும்போது, இந்து நாகரிகம், முஸ்லிம் நாகரிகம், பிரிட்டிஷ் காலகட்டம் என்னும் மூன்று பிரிவுகளாக இந்தியாவின் கடந்த காலத்தைப் பிரித்தார். பொற்காலத்தில் திளைத்த இந்து இந்தியாவை அடுத்தடுத்து வந்த இஸ்லாமியப் படையெடுப்புகள் அழித்துவிட்டன என்னும் கருத்தை இது உண்டாக்கியது. தங்களுடைய காலனிய நலன்களைப் பாதுகாத்துக்கொள்ளவும், இந்துக்களுக்கும் முஸ்லிம்களுக்கும் இடையிலான உரசல்களை விளக்கவும் நியாயப்படுத்தவும் மில் போன்றவர்கள் இந்தப் பார்வையைக் கைக்கொண்டனர்.

உண்மை என்ன? இஸ்லாமிய ஆட்சியாளர்கள் அனைவரும் ஒன்றுபோல் இந்துக்களுக்கு எதிரானவர்களாக இருந்தார்களா? எல்லாக் கோயில்களையும் அவர்கள் இடித்தனரா அல்லது சிலவற்றை மட்டுமா? இந்து மதத்தையோ இந்துக்களையோ அழிக்க வேண்டும் என்பதுதான் நோக்கமெனில் ஆட்சியாளர்கள் ஏன் ஒன்றை விட்டுவிட்டு இன்னொரு கோயிலைத் தேர்ந்தெடுத்து அழிக்க வேண்டும்? ஔரங்கசீப் ஒரு மிகப் பெரிய இந்து விரோதியாக இன்று முன்னிறுத்தப்படுகிறார். ஆனால், பிராமணர் களுக்கும் கோயில்களுக்கும் இதே ஔரங்கசீப் நன்கொடைகளும் அளித்திருக்கிறார் என்பதை எப்படிப் புரிந்துகொள்வது? கோயில்களை அழித்த ஓர் ஆட்சியாளரிடமிருந்து கோயில்களின்

பொறுப்பாளர்களாக இருந்த பிராமணர்கள் ஏன் நன்கொடை பெற்றுக்கொள்ளவேண்டும்? இஸ்லாமிய ஆட்சியாளர்கள் மட்டும்தாம் கோயில்களை இடித்தனரா? முகமது கஜனியைத் தவறாமல் சுட்டிக்காட்டுபவர்கள், 11ஆம் நூற்றாண்டைச் சேர்ந்த ஹர்ஷதேவா என்னும் காஷ்மிர் அரசர் சூறையாடிய கோயில்கள் குறித்து அமைதி காப்பது ஏன்?

இப்படித் தங்களுக்குத் தேவைப்படுவதை மட்டும் அங்கும் இங்குமாகத் தேர்ந்தெடுத்துக்கொண்டு அதன் அடிப்படையில் ஒரு குற்றச்சாட்டை முன்வைக்க முடியாது. இந்து இந்தியா என்றோ முஸ்லிம் இந்தியா என்றோ மதத்தை மட்டுமே ஒரே அலகாகக் கொண்டு கறுப்பு வெள்ளையில் இனியும் வரலாற்றை அணுக வேண்டியதில்லை. இந்துக்களும் இஸ்லாமியர்களும் தனித்தனி உலகில் இங்கே எப்போதும் வாழ்ந்ததில்லை. அவர்களுக்குள் கலப்பு மணங்களும் பல்வேறு பண்பாட்டுப் பரிமாற்றங்களும் நிகழ்ந்திருக்கின்றன. முகலாயர் ராஜபுத்திரரை மணந்து கொண்டிருக்கிறார்கள். இப்போது அவர்கள் காலத்தை எப்படி இஸ்லாமிய காலகட்டம் என்று அழைக்கமுடியும்? முகலாய ராஜபுத்திர காலகட்டம் என்றல்லவா அழைக்கவேண்டும்?

இஸ்லாமிய ஆட்சியாளர்கள் இந்துக்கள் அனைவரையும் ஒடுக்கினார்கள் என்பது வரலாற்றுக்கு எதிரான வாதம். இதற்குப் பல எடுத்துக்காட்டுகளைச் சொல்லமுடியும் என்றாலும் ஒன்றை மட்டும் குறிப்பிட விரும்புகிறேன். 14ஆம் நூற்றாண்டைச் சேர்ந்த ஃபெரோஷா துக்ளக் தனக்கு முந்தைய காலத்தைச் சேர்ந்த கட்டுமானங்கள் பலவற்றை மீட்டெடுத்ததோடு தக்க முறையில் பராமரித்தும் வந்திருக்கிறார். அவற்றில் சிலவற்றின் முக்கியத்துவத்தைக்கூட அவர் உணர்ந்திருக்கவில்லை. அசோகர் ஸ்தூபம் அவற்றுள் ஒன்று. இவரின் தாய் ஓர் இந்து. தாழ்த்தப்பட்ட சாதியைச் சேர்ந்தவர்.

முகலாயர் ஆட்சியை நிர்வகித்த அதிகாரிகளின் பெயர்களைப் பார்வையிட்டால் கிட்டத்தட்ட பெரும்பாலானோர் இந்துக்களாக இருந்திருக்கிறார்கள். ஆட்சியாளர்கள் மாறினாலும் உயர் பொறுப்புகளில் இருந்த நிர்வாகிகள் மாறவில்லை என்பது இதிலிருந்து தெரிகிறது. நிர்வாகிகள் மட்டுமல்ல, கைவினைக் கலைஞர், பணியாளர், கட்டடத் தொழிலாளர் என்று பலரும் இந்துக்களாக இருந்திருக்கிறார்கள்.

13ஆம் நூற்றாண்டைச் சேர்ந்த குதுப் மினார் பலமுறை இடித் தாக்குதலுக்கு உள்ளாகியிருக்கிறது. ஒவ்வொரு முறையும் ஒரு சிறு

குதுப் மினார், 13ஆம் நூற்றாண்டு

பகுதி உடைபட்டு விழுந்துவிடும். அத்தகைய தருணங்களில், குதுப் மினாரைப் பழுது பார்க்கும் பணி இடைவிடாமல் நடைபெற்றிருக்கிறது. அப்பணியில் ஈடுபட்டவர்களின் பெயர்கள் குதுப் மினாருக்கு உள்ளேயே சிறிய எழுத்துகளில் பொறிக்கப்பட்டிருக்கின்றன. அந்தப் பட்டியலில் இந்துக்களின் பெயர்களே அதிகம். இன்ன தேதியில், இன்னாரின் ஆட்சிக்காலத்தில் 'கடவுள் விஷ்வகர்மாவின் அருளால்' பழுது பார்க்கும் பணி வெற்றிகரமாக நிறைவுற்றது என்னும் குறிப்பையும் அதில் காணமுடிகிறது.

இஸ்லாமிய ஆட்சியாளர்கள் குறித்து மட்டுமல்ல, இதே போன்ற தவறான பொதுமைப்படுத்தல்களை மற்றவர்களும் சந்தித்திருக் கிறார்கள். பௌத்தக் கட்டுமானங்களைச் சுங்கர் அழித்தனர் என்றொரு குற்றச்சாட்டு உண்டு. ஆனால், சுங்கர் காலகட்டத்தில் தான் சாஞ்சி, பாரூத் தூண்கள் உருவாக்கப்பட்டன. பல்வேறு பௌத்தக் கட்டுமானங்களின் பாதுகாவலர்களாகச் சுங்கர் திகழ்ந்ததற்கு ஆதாரங்கள் இருக்கின்றன. எனில் ஏன் அவர்கள் மீது அப்படியொரு குற்றச்சாட்டு சுமத்தப்படவேண்டும்? சுங்கர் ஆட்சிக்காலத்தைப் பிராமணர்களுக்கு ஆதரவான ஆட்சிக் காலமாகச் சுருக்கிப் பார்த்ததன் விளைவே இந்தத் தவறான புரிதல். பிராமணர்களை ஆதரித்த சுங்கர் பௌத்தருக்கு எதிரானவர்களாகத் தானே இருந்திருக்கவேண்டும்!

ஆட்சியாளர் மாறும்போது ஒட்டுமொத்த சமூகமும் மாறிவிடுவ தில்லை. ஓர் ஆட்சியாளர் இஸ்லாமியராக இருந்துவிட்டால் உடனே இந்துக்கள் அனைவரும் அவருக்குப் பகை சக்திகளாக மாறிவிடுவதில்லை. தவறான பொதுமைப்படுத்தல் கடந்த காலம் குறித்த புரிதலை மட்டுமல்ல, நிகழ்காலம் குறித்த புரிதலையும் சேர்த்தே பாதிக்கிறது. இந்துக்கள் மட்டுமா கொல்லப்பட்டிருக் கிறார்கள்? பௌத்தர் கொல்லப்பட்டிருக்கிறார்கள். சமணர் கொல்லப்பட்டிருக்கிறார்கள். நாத்திகர் தாக்கப்பட்டிருக்கிறார்கள். ஆட்சிக் கவிழ்ப்புகளும் அரசியல் குழப்பங்களும் நேரும் சமயங்களில் கணக்கற்ற பலர் ரத்தம் சிந்தியிருக்கிறார்கள். அவர்களில் அனைத்து மத நம்பிக்கையாளர்களும் நம்பிக்கை யற்றவர்களும் அடங்குவர். இந்தியா மட்டுமல்ல, உலகிலுள்ள எல்லாச் சமூகங்களும் இத்தகைய அழிவுகளைச் சந்தித்திருக்கின்றன.

குப்தர் காலத்தை இந்துக்களின் பொற்காலம் என்று அழைக்கிறார்கள். அதை ஏன் நீங்கள் ஏற்பதில்லை?

பொற்காலத்தை நான் ஏற்பதில்லை. இந்தியாவில் மட்டுமல்ல, உலகம் முழுவதிலும்தான். 18ஆம் நூற்றாண்டில் ஐரோப்பாவில் நாகரிகம் என்னும் கருத்தாக்கம் உருவானது. 19ஆம் நூற்றாண்டில் நாகரிகத்தின் அடிப்படையில் உலகைக் காணும் போக்கு பரவலானது. ஆனால், நாகரிகம் என்பதை நீங்கள் எப்படி வரையறை செய்வீர்கள்? சீன நாகரிகம் என்று நீங்கள் குறிப்பிடுவதன் பொருள் என்ன? இந்திய நாகரிகம், இஸ்லாமிய நாகரிகம், ஐரோப்பிய நாகரிகம் என்றெல்லாம் எந்த அளவுகோள்களின்படி பெயரிட்டு அழைக்கிறோம்? எந்த அடிப்படையில் ஒன்றைச் சிறந்த நாகரிகம் என்று மதிப்பிடுகிறோம்?

ஒரு குறிப்பிட்ட காலகட்டத்திலிருந்து சில அம்சங்களைத் தேர்ந்தெடுத்துத் தொகுப்பதன்மூலமே இதைச் செய்கிறோம். அவ்வாறு செய்யும்போது கலை, இலக்கியம், கட்டுமானம் போன்ற துறைகளில் நடந்த குறிப்பிடத்தக்க பங்களிப்புகளையே தொகுத்துக் கொள்கிறோம். இவை தவிர்க்கவியலாதபடிக்கு மேல்தட்டுப் பிரிவினரின் பங்களிப்புகளாக இருக்கின்றன. பேரிலக்கியம், பெருங்கோயில்கள், மாபெரும் கலைப்படைப்புள் ஆகியவற்றை உருவாக்கியவர்களாக இவர்களே இருக்கிறார்கள். இவர்களால் அமைதியாக ஓரிடத்தில் அமர்ந்து எழுதமுடிந்தது, திட்டமிட முடிந்தது, கற்பனை செய்யமுடிந்தது, செலவழிக்கவும் முடிந்தது. கணிதம், வடிவியல் மற்றும் இன்னபிற அறிவுத் துறைகளை இவர்கள் வளர்த்தெடுத்தனர். பொற்காலம் என்று சொல்லும்போது இவர்களையே குறிக்கிறோம்.

குறிப்பிட்ட ஒரு காலகட்டத்தில் அறிவார்ந்த முன்னேற்றங்களும் பல்துறை சார்ந்த பாய்ச்சல்களும் நிகழ்ந்திருக்கின்றன என்று நீங்கள் கருதினால் அந்தக் காலகட்டத்தை 'அறிவார்ந்த செயல்பாடுகளின் காலகட்டம் என்று அழைத்துக்கொள்ளுங்கள். ஆனால், அதைப் பொற்காலம் என்று அழைத்து, அந்தக் காலகட்டத்தில் ஒட்டு மொத்தச் சமூகமும் சிறந்து விளங்கியதாகவும் அனைவரும் மகிழ்ச்சியாக இருந்ததாகவும் நீங்கள் சொல்வீர்களானால் அந்த வரையறை சிக்கலானதாக மாறுகிறது. ஏனென்றால் நமக்கு கிடைக்கும் ஆதாரங்கள் பொற்காலக் கோட்பாட்டுக்கு எதிரானவையாக இருக்கின்றன. எடுத்துக்காட்டுக்கு, குப்தர் காலத்தைப் பொற்காலம் என்று அழைப்பது, சமுத்திர குப்தர் மேற்கொண்ட போர்களில் பாதிக்கப்பட்டவர்களுக்குப் பொருந்துமா? தீண்டாமை பெருமளவில் எழுச்சி பெற்ற காலகட்டமும் இதுவேதான் என்னும்போது எப்படி இது

பொற்காலமாக இருக்கமுடியும்? ஒரு சமூகத்தை உள்ளவாறே முழுமையாக எடுத்துக்கொண்டால், அவர்கள் அனைவருக்குமான பொற்காலம் என்பது எப்போதும் எந்தக் காலத்திலும் இருந்ததில்லை என்பது புரியவரும். அதனால்தான் இந்தியாவில் மட்டுமல்ல, உலகளவிலும் பொற்காலம் என்றொன்று இருந்த தில்லை என்று நினைக்கிறேன். தவிரவும், மேல்தட்டு வரையறையின்படியே எடுத்துக்கொண்டாலும் அதிலும் பாரபட்சங்கள் இருக்கின்றன. சோழர் காலத்தை ஏன் குப்தர் காலத்தைப் போல் பொற்காலம் என்று அழைப்பதில்லை? இலக்கியம், கட்டடக்கலை, தத்துவம், கணிதம் என்று சோழர் ஆட்சிக்காலம் எந்த வகையில் குப்தரைவிடக் குறைந்துவிட்டது? வேறு சிலர் முகலாயர் காலகட்டத்தைப் பொற்காலம் என்று அழைக்க விரும்பினால் அதை ஏற்பீர்களா?

நாகரிகம் என்னும் சொல்லையும்கூடக் கவனமாகவே பயன்படுத்த வேண்டியிருக்கிறது. குப்தர் காலம் தொடங்கி இந்தியாவுக்கும் மத்திய ஆசியாவுக்கும் இடையில் மிகப்பெரும் பரிமாற்றங்கள் நிகழ்ந்திருக்கின்றன. பிராமணரையும் கட்டடக் கலைஞரையும் பௌத்தரையும் இன்ன பிறரையும் சுமந்துகொண்டு இந்தியக் கப்பல்கள் தென் கிழக்கு ஆசியாவுக்குச் சென்றிருக்கின்றன. அங்கிருந்தும் பலர் இங்கு வந்திருப்பார்கள். இந்தப் பரிமாற்றங்கள் இல்லாமல் சமூக வளர்ச்சி இல்லை என்னும் நிலையில் இந்திய நாகரிகம் என்று நீங்கள் எதைக் குறிப்பிடுகிறீர்கள்?

இந்தியப் பண்பாடு என்பது பெரும்பான்மையினரான இந்துக்களின் பண்பாடாக ஏன் இருக்கக்கூடாது?

பண்பாடு, மரபு ஆகியவற்றைக் கடந்த காலங்களில் பயன் படுத்தியதைப் போல் இன்று பயன்படுத்தமுடியாது. இவற்றின் பொருள் வெகுவாக இன்று மாறிவிட்டது. ஒரு சமூகத்தை ஒற்றைப் பண்பாட்டைக் கொண்டு அளவிடும் போக்கு இன்று இல்லை. ஒவ்வொரு சமூகமும் பல்வேறு பண்பாடுகளை, பல்வேறு மரபுகளைக் கொண்டிருக்கிறது. இந்தப் பன்மைத்துவத்துடன்தான் ஒரு சமூகம் வளர்கிறது, உருமாறுகிறது.

20ஆம் நூற்றாண்டில் தொல்லியல் துறையின் வளர்ச்சிக்குப் பிறகு பண்பாட்டின் மீதான வியப்பு மறையத் தொடங்கியது. மீண்டும் குப்தர் பண்பாடு மேலானது என்று நீங்கள் சொல்லும்போது, ஒரு சிறிய குழுவினரின் பண்பாட்டையே நீங்கள் குறிப்பிடுகிறீர்கள்.

கலை, இலக்கியம், கட்டுமானம், கணிதம் என்று அறிவார்ந்த பாய்ச்சல்களை இந்தச் சிறிய குழுவினர் நிகழ்த்திக்கொண்டிந்த போது, பெரும்பாலான மக்கள் தங்களுடைய அன்றாடப் பணிகளில் இயல்பாக ஈடுபட்டு வந்திருக்கின்றனர். அதற்காக இவர்கள் 'மற்றவர்களாக' அல்லது 'பண்பாடற்றவர்களாக' மாற்றப் படுகிறார்கள்.

இந்தியாவுக்கென்று ஒரு பண்பாடு, ஒரே பண்பாடு இருக்க முடியுமா? ஆம் எனில் அது ஏன் இந்துக்களின் பண்பாடாக இருக்கிறது? ஒரு வாதத்துக்கு இந்துப் பண்பாட்டையே இந்தியப் பண்பாடாக எடுத்துக்கொண்டாலும்கூட அனைத்து இந்துக்களும் அதில் இணைத்துக்கொள்ளப்படுவார்களா? அனைத்து இந்துக்களும் ஒரே பண்பாட்டைப் பின்பற்றுபவர்கள்தானா? பிரகதீஸ்வரர் கோயிலைக் கண்டு வியந்து அதை உருவாக்கியவர்களின் பண்பாட்டை இந்துப் பண்பாடு என்று உயர்த்திப் பிடிப்பதா அல்லது பழங்குடிகளின் பண்பாட்டையா?

பண்பாட்டை அதன் விரிவான பொருளில் பயன்படுத்தும்போது இந்தக் கேள்விகளுக்கு இடமில்லாமல் போகிறது. ஒட்டுமொத்தச் சமூகமும் ஒட்டுமொத்த மக்களும் கவனம் பெறுகிறார்கள். அவர்களுடைய வாழ்க்கைமுறை, அவர்களுக்கிடையிலான பரிமாற்றங்கள், அவர்களுடைய சிந்தனைகள், செயல்பாடுகள் அனைத்தும் நம் கவனத்துக்கு வருகின்றன. பெரிய, சிறிய அல்லது மேல், கீழ் என்னும் பிரிவினைகளை ஒதுக்கிவைத்துவிட்டு அனைவரையும் உள்ளடக்கிய தேடலில் ஈடுபடும்போது சமூகத்தைப் பற்றிய விரிவான சித்திரம் கிடைக்கிறது. குறிப்பிட்ட சிலரின் பண்பாட்டை ஒட்டுமொத்த சமூகத்தின் பண்பாடாக விரித்துப் பார்க்கும் போக்கும் மறைகிறது. இந்துக்களின் மேன்மையைப் பற்றியோ பௌத்தர்களின் மேன்மையைப் பற்றியோ தனித்து நீங்கள் பேசவேண்டியிருக்காது. ஆக, பண்பாடு அல்ல, பண்பாடுகள். மரபு அல்ல, மரபுகள்.

அர்த்தசாஸ்திரம், மனுதர்ம சாஸ்திரம் போன்றவற்றை எவ்வாறு புரிந்துகொள்வது? அவை அக்காலகட்டத்து நிகழ்வுகளை விவரிக்கும் ஆதாரங்களா அல்லது ஒரு சமூகம் எப்படி இருக்கவேண்டும் என்பதற்கான முன்மாதிரி வடிவங்கள் மட்டுமேயா?

அர்த்தசாஸ்திரம் ஒரு முன்மாதிரி வடிவமாகவே உருவாக்கப் பட்டது என்றுதான் அசோகர் பற்றிய என் நூலில் சொல்லி இருக்கிறேன். ஆனால், அதற்கும் அப்போதைய காலகட்டத்துக்கும்

எந்தத் தொடர்பும் இல்லை என்று சொல்லிவிடமுடியாது. மற்றவர்கள் பின்பற்றுவதற்காக உருவாக்கப்பட்ட எந்தவொரு வடிவத்துக்கும் அது உருவாக்கப்பட்ட காலத்துக்கும் தொடர்பிருக்கிறது. அப்போது என்ன நடந்தது என்பதை மட்டுமல்ல, இனி எப்படி நடக்கவேண்டும் என்பதற்கான ஒரு செயல்திட்டமாகவும் இத்தகைய பிரதிகளைப் பார்க்கமுடியும்.

ஒரு நல்ல அரசாங்கம் எப்படி இயங்கவேண்டும் என்பதற்கான முன்மாதிரியாக அர்த்தசாஸ்திரம் வடிவமைக்கப்பட்டது. அதே நேரம், பட்டு எங்கிருந்து வருகிறது, மிளகு எங்கிருந்து வருகிறது போன்ற அன்றைய காலகட்டத்தைச் சேர்ந்த தகவல்களும் அதிலுள்ளன. மற்ற தரவுகளின் அடிப்படையில் இதை உறுதி செய்யமுடியும். எதிர்காலத்துக்கான ஒரு வரைவுத் திட்டமாக மட்டுமல்லாமல் பிரதி உருவான காலத்தைப் புரிந்துகொள்ள உதவும் ஒரு கருவியாகவும் அர்த்தசாஸ்திரம் அமைந்திருக்கிறது.

மனுஸ்மிருதியும் ஒரு முன்மாதிரி வடிவம்தான். ஆனால், சமூகத்தைச் சிலர் எப்படிப் பார்த்தனர், எப்படிப்பட்ட சமூகத்தை அமைக்க விரும்பினர் என்பதை இதிலிருந்து தெரிந்துகொள்ளலாம். மேலதிகத் தரவுகள் கிடைக்கக் கிடைக்க அவை எந்த அளவுக்கு அன்றைய காலகட்டத்தைப் பிரதிபலித்தன என்பதைத் தெரிந்து கொள்ள முடியும். அதிலுள்ளவை உண்மையில் நடந்தவையா என்பதையும் உறுதிசெய்யமுடியும்.

உங்களை இடதுசாரி வரலாற்றாசிரியர் என்று அழைக்கலாமா?

தொடக்கத்திலிருந்து என்னை இடதுசாரியாகவே பலரும் கருதி வந்திருக்கிறார்கள். பொதுத் தளத்தில் நான் முன்வைக்கும் அரசியல் கருத்துகளையும் என் வரலாற்றுப் பணிகளையும் குழப்பிக் கொள்வதால் ஏற்படும் மயக்கம் இது. அரசியலைப் பொருத்தவரை நான் வலதை எதிர்க்கிறேன். அதற்காக, என் வரலாற்றுப் படைப்புகளை ஒட்டுமொத்தமாக இடதுசாரி படைப்புகள் என்று முத்திரை குத்திவிடமுடியாது. என்னுடைய அரசியல் நிலைப்பாட்டை பொதுவாக, 'லெஃப்ட் ஆஃப் செண்டர்' என்று அழைப்பது பொருத்தமாக இருக்கக்கூடும்.

சமூகப் பொருளாதாரப் பார்வைக்கென்று வரலாற்றில் ஓரிடம் இருக்கிறது. சமூக, அரசியல் மற்றும் பிற கட்டுமானங்களுக்குப் பொருளாதார உறவுமுறையே அடித்தளம் என்னும் கருதுகோள் நில உறவுகள் குறித்து நீங்கள் ஆய்வு செய்யநேரும்போது உங்களுக்குப் பயனளிக்கக்கூடியதாக இருக்கும். ஆனால், அதை ஒரு பொது

விதியாகக் கொண்டு எல்லாவற்றுக்கும் பொருத்திப் பார்க்க முடியாது. உதாரணத்துக்கு, வேதகாலச் சடங்குகளைப் புரிந்து கொள்ள இந்தப் பார்வை நிச்சயம் போதாது. ஆம், சடங்கிலும் பொருளாதாரப் பரிமாற்றம் இருக்கிறது. ஆனால், சடங்கு என்பது அது மட்டுமேயல்ல. ஒரு புரோகிதருக்கும் அரசருக்கும் இடையில் பரிமாற்றம் நடைபெறும்போது அந்தப் பரிமாற்றம் எந்த அளவுக்குப் பொருளாதார முக்கியத்துவம் வாய்ந்தது, எந்த அளவுக்கு குறியீட்டு முக்கியத்துவம் வாய்ந்தது என்பதைப் புரிந்துகொள்ள மார்க்சியப் பார்வை மட்டும் போதாது. ஓர் அரசியல் தத்துவமாக அல்ல வரலாற்றுத் தத்துவம் என்னும் வகையில் மார்க்சியத்தின்மீது நான் ஆர்வம் கொண்டிருக்கிறேன். மூலதனத்தை நான் முழுக்கப் படித்ததில்லை. எனக்குத் தேவைப் பட்ட பகுதிகளை மட்டும் தேர்ந்தெடுத்து வாசித்திருக்கிறேன்.

வரலாற்றுத் துறையில் வலதுசாரிகளுக்கு இடம் மறுக்கப்படுகிறது என்று சொல்லப்படுவது உண்மையா?

வலதுசாரிகள் தங்கள் படைப்புகளை முன்வைப்பதற்கு எந்த இடமும் தேவையில்லை. இடம் என்று இங்கே தனியே எதுவும் இல்லை. எழுதுபவர்கள் எழுதிக்கொண்டேதான் இருக்கிறார்கள். வாசிப்பவர்கள் இருக்கும்வரை, விவாதங்கள் தொடரும்வரை படைப்புகள் உயிர்த்திருக்கும். இடது, வலது பேதம் இதிலில்லை. வலதுசாரிகள் தரமான வரலாற்றைப் படைத்தால் நிச்சயம் அதை வாசிக்கவும் விவாதிக்கவும் நான் தயாராக இருக்கிறேன். ஆனால், அப்படியேதும் காணக்கிடைக்கவில்லை என்பதுதான் உண்மை.

புதிய விவாதங்களை முன்னெடுக்கும் உரிமை அனைவருக்கும் இருக்கிறது. தகுந்த ஆதாரங்களின் அடிப்படையில் மாற்றுப் பார்வைகள் முன்வைக்கப்பட்டால், புதிய கேள்விகள் எழுப்பப் பட்டால் நிச்சயம் அவை பரவலான கவனத்தைப் பெறும். சந்தைக்காக எழுதப்படுவதை அறிவார்ந்த சமூகம் பொருட் படுத்தும் என்று எதிர்பார்க்கமுடியாது. தகுந்த கல்விப்புலத்தில் இருந்து வரும் ஒரு படைப்பை அதே போன்ற தரத்துடன் நீங்கள் எதிர்கொண்டு வாதிட்டால் உங்கள் படைப்பு நிச்சயம் விவாதிக்கப் படும். கடந்த காலங்களில் அப்படிதான் நடந்திருக்கிறது.

மரபியல் சோதனை முடிவுகள் இனப் பிரச்சினைக்கு முற்றுப்புள்ளி வைப்பதற்குப் பதில் மேலதிக சர்ச்சைகளைக் கிளப்பிக்கொண்டிருப்பது ஏன்? ஆரியர் யார் என்பதைக் கண்டறிவது ஏன் சிக்கலானதாக இருக்கிறது?

ஆரிய இனம் என்ற கருத்தாக்கமே நமக்கு அந்நியமானதுதான். பழங்காலப் பதிவுகளில் காணப்படும் ஆரியர் என்னும் சொல் மேன்மக்களைக் குறிப்பதற்காகவே பயன்படுத்தப்பட்டது; இனத்தைக் குறிக்க அல்ல. பிராமணர்களை மட்டுமல்ல பௌத்த பிக்குகளையும் ஆரியர் என்றே அவர்களுடைய வட்டத்தினர் அழைத்தனர். ஆரியரல்லாதோர் மிலேச்சர், அநாரியர் என்று அழைக்கப்பட்டனர். தப்பும் தவறுமாக உச்சரிப்பவர்களாகக் கருதப்பட்டு இவர்கள் பகடி செய்யப்பட்டனர். இதிலிருந்து நன்றாக மொழியை ஆளக்கூடிய மேன் மக்கள், அவ்வாறு செய்ய இயலாத கீழ் மக்கள் என்னும் பொருளிலேயே ஆரியர், மிலேச்சர் என்னும் பதங்கள் பயன்படுத்தப்பட்டன என்பதை அறியமுடிகிறது. பின்னாளில் மிலேச்சர் என்னும் சொல்லுக்குத் தாழ்ந்த சாதி உள்ளிட்ட அர்த்தங்களும் கூடுதலாக வழங்கப்படலாயின.

இனம் என்பது முழுக்க முழுக்க ஐரோப்பிய கருத்தாக்கம். எனவே, இனம் என்னும் பொருளில் ஆரியர் என்னும் பதத்தை இங்கே முந்தைய காலங்களில் பயன்படுத்தியிருக்க வாய்ப்பில்லை. 19ஆம் நூற்றாண்டில் ஆரியர் என்னும் சொல்லை ஒரே நேரத்தில் மொழிக்கும் இனத்துக்கும் பயன்படுத்த ஆரம்பித்தபோது நேர்ந்த குழப்பம் இது. ஐரோப்பிய தேசிய இனங்களின் எழுச்சியில் மொழிக்கு ஒரு முக்கியப் பங்கிருந்ததால் இனத்தன்மைகளில் ஒன்றாக மொழியை அவர்கள் கருதினர். இந்தியாவின் வரலாற்றை அவர்கள் கட்டமைக்க ஆரம்பித்தபோது அதே பார்வையை இங்கும் பொருத்தியதுதான் சிக்கலுக்குக் காரணமாகிவிட்டது. ஆரியர் என்பதை ஆரிய இன மக்கள் என்னும் பொருளில் அவர்கள் பயன்படுத்த ஆரம்பித்தனர்.

இந்தக் கற்பனை இந்தியத் தேசியவாதிகளில் ஒரு சாராரைக் கவர்ந்தது. மொழி பின்னுக்குத் தள்ளப்பட்டு இனம் முன்னிறுத்தப்பட்டது. ஆரியர், ஆரிய இனம், ஆரிய இன மேன்மை ஆகிய கருத்தாக்கங்களைப் பெருமிதத்தோடு அவர்கள் பயன் படுத்தலானார்கள். அத்துடன் நில்லாமல் இந்திய நாகரிகம் என்பது ஆரிய நாகரிகமே என்றும், இந்தியாவிடமிருந்தே உலகெங்கும் நாகரிகம் பரவியது என்றும் வாதிட ஆரம்பித்தார்கள். இந்து மதத்தை, அதன் தொன்மையை, அதன் பண்பாட்டுப் பெருமிதங்களை மீட்டெடுப்பதன்மூலம் ஆரிய இன மேன்மையை நிறுவ அவர்கள் விரும்பினர். ஆரியரின் காலம் என்பது வேத காலமே என்றும் சொல்லப்பட்டது. மேல் தட்டுப் பிரிவினரின் பெருமிதமாக ஆரியர் என்னும் சொல் இருந்ததைக் கண்ட

THE PAST BEFORE US

HISTORICAL TRADITIONS OF EARLY NORTH INDIA

ROMILA THAPAR

இன்னொரு தரப்பினர் ஆரிய ஆக்கிரமிப்புக் கோட்பாட்டை முன்வைத்தனர். அதன்படி, பூர்விக திராவிடர் பிரதேசம் ஆரியரால் ஆக்கிரமிக்கப்பட்டதாக அவர்கள் வாதிட்டனர்.

'ஆரியர் பிரச்சினை' என்பது இரு வேறு பிரிவினரால் ஆராயப்படுகிறது என்பதை முதலில் புரிந்துகொள்ளவேண்டும். வரலாற்று நோக்கில் ஆரியரையும் அவர்களுடைய கால கட்டத்தையும் புரிந்துகொள்ள விரும்பியவர்கள் பிரதி சார்ந்த ஆய்வு, மொழி ஆய்வு, மற்ற இந்தோ ஐரோப்பிய வழிச் சமூகங்களின் தொன்மங்களுடனான ஒப்பீட்டு ஆய்வு, மொழியியல் ஆய்வு, தொல்லியல் ஆய்வு, சமூக மானுடவியல் ஆய்வு உள்ளிட்ட வற்றை மேற்கொண்டனர். இரண்டாவது பிரிவினருக்குக் கற்பனை கருத்தாக்கங்களே போதுமானவையாக இருக்கின்றன. ஆரியர் என்பதை ஆரிய மொழி பேசுவோர் என்னும் பொருளில் அணுகியவர்கள் அவர்களுடைய சமூகம், மொழிப் பரவல், இடப்பெயர்ச்சி உள்ளிட்டவற்றைத் தகுந்த வரலாற்றுத் தரவுகளின் உதவியில் புரிந்துகொள்ள விரும்பினர். இந்தத் தேடல் இன்னமும் முற்றுப்பெறவில்லை.

நம்மில் யார் ஆரியர்? வேத நாகரிகம்தான் ஆரிய நாகரிகமா? ஆரிய நாகரிகம்தான் இந்திய நாகரிகமா? தூய்மையான ஆரிய ரத்தம் கொண்டிருப்பவர்கள் யார்? ஆரியர் இந்தியப் பூர்வகுடிகளா? ஆரியர் மத்திய ஆசியாவைச் சேர்ந்தவர்களா? அரசியல் நோக்கங்களுக்காகக் கேட்கப்படும் இந்தக் கேள்விகளுக்கு வரலாற்றாசிரியர்களால் மட்டுமல்ல மரபணு ஆய்வாளர்களாலும் கூட விடை அளித்துவிடமுடியாது. மரபியல் ஆய்வுகளுக்கும் இனப் பிரச்சினைக்கும் எந்தத் தொடர்பில்லை. இந்த ஆய்வுகள் எந்தவிதமான தீர்மானமான முடிவுகளையும் அறிவித்துவிடவும் இல்லை. அவற்றை முன்வைத்து விவாதங்கள் நடைபெற்றுக் கொண்டிருக்கின்றன.

எங்கள் உடலில் ஓடும் ரத்தம் தூய்மையானது, எங்கள் மரபு வழி கலப்பற்றது என்று நிரூபிக்க மரபணு சோதனை முடிவுகளைச் சிலர் பயன்படுத்திக்கொள்ள விரும்புகின்றனர். உண்மை நேர் எதிரானதாக இருக்கிறது. நம் அனைவருடைய உடலிலும் ஓடுவது கலப்பினக் குருதியே. கலப்பற்ற சமூகம் என்பது உலகில் எங்குமில்லை. இந்தியாவை எடுத்துக்கொண்டால் அந்தமான தீவுகளில் வசிப்பவர்களை வேண்டுமானால் தனித்த மக்கள் பிரிவினர் என்று அழைக்கலாம்.

ஆரிய மேன்மை, ஆரியப் படையெடுப்பு இரண்டையும் நான் ஏற்கவில்லை. இன மேலாதிக்க உணர்வு எத்தகைய பாதிப்புகளை மனிதகுலத்துக்கு ஏற்படுத்தும் என்பது நமக்கெல்லாம் தெரிந்ததுதான்.

வரலாற்றை எப்படிச் சரியாக மக்களிடம் கொண்டு சேர்ப்பது?

பள்ளிக்கூடத்திலிருந்து தொடங்கியாகவேண்டும். சிக்கலும் அங்கேயே ஆரம்பித்துவிடுகிறது. வரலாறு கற்பிக்கப்படும் முறை இத்தனை ஆண்டுகளுக்குப் பிறகும் மாறவில்லை என்பது கவலையளிக்கிறது. அச்சடித்துக் கொடுக்கப்படும் பாடங்களை மாணவர்களிடம் திணித்து முடித்துவிட்டால் போதும் என்று ஆசிரியர்கள் கருதுகிறார்கள்.

கற்க வருபவர்கள் யார்? அவர்களுடைய ஆர்வம் எதில் அடங்கியிருக்கிறது? வரலாற்றை அவர்கள் விரும்புமாறு செய்வது எப்படி? இவை போன்ற கேள்விகளை ஒவ்வொர் ஆசிரியரும் அறிந்துகொள்ளவேண்டும். கடந்த காலத்திலிருந்து உங்களுக்கு இன்று ஒரு நிகழ்வை விவரிக்கட்டுமா? அதைப் பற்றி நாம் விவாதிக்கலாமா? இதைப் பற்றி உங்கள் கருத்து என்ன? அதை வேறு கோணத்தில் பார்ப்பது சாத்தியமா என்றெல்லாம் மாணவர்களிடம் கேட்டு அவர்களைச் சுயமாகச் சிந்திக்கவும் விவாதிக்கவும் தூண்டுவதுதான் சரியான கல்விமுறையாக இருக்கும். இது வரலாறுக்கும் பொருந்தும்.

வரலாறு மோசமாகக் கற்பிக்கப்படுவதற்கு ஆசிரியர்கள் மட்டுமல்ல, பாடப்புத்தகங்களும் காரணம். வழக்கொழிந்த கோட்பாடுகளையும் பல்லாண்டுகாலப் பழமையான பார்வை களையும் சுமந்துகொண்டு இன்னமும் புதிய பாடப்புத்தகங்கள் வருவதைக் காண அதிர்ச்சியாக இருக்கிறது. நான் எனது முதல் பாடப்புத்தகத்தை 1963ஆம் ஆண்டு எழுதினேன். வழக்கமான மரபில் அல்லாது நவீன வரலாற்று முறையியலைக் கையாண்டு மதம், ஆட்சிமுறை, மக்கள், நிலம், சாதியமைப்பு உள்ளிட்ட வற்றை அதில் அறிமுகம் செய்திருந்தேன். புதிய சான்றுகளும் புதிய புரிதல் முறைகளும் சாத்தியமாகும்போது அவை பாடப் புத்தகங்களில் இடம்பெறவேண்டியது முக்கியம். இப்பணி தொடர்ச்சியாக நடைபெறவேண்டும்.

கல்வி கல்வியாளர்களின் கரங்களிலிருந்து அரசியல்வாதிகளின் கரங்களுக்குச் சென்றிருக்கிறது. பள்ளிக்கூடங்களின் எண்ணிக்கை போதுமானதாக இல்லை. கல்வியின் தரம் கவலையளிப்பதாக

இருக்கிறது. மாணவர்களின் சுயசிந்தனையை ஊக்குவிக்கும் ஜேஎன்யு போன்ற கல்விக்கூடங்கள் தாக்குதலுக்கு உள்ளாகிக் கொண்டிருக்கின்றன. சாரமற்ற பாடங்களை மாணவர்கள் படித்தால் போதும் என்று அரசியல்வாதிகள் நினைக்கிறார்கள். இந்நிலை மாறவேண்டுமானால் மாணவர்களைச் சிந்திக்கவும் கேள்வி கேட்கவும் தூண்டவேண்டும். அதற்கு அறிவுஜீவிகளும் உதவ வேண்டும்.

பள்ளி ஆசிரியர்களுக்குப் பயிற்சிப் பட்டறை நடத்த வேண்டும் என்று நேரம் கிடைக்கும்போதெல்லாம் சொல்லிக் கொண்டிருக்கிறேன். ஒரு பாடப்புத்தகம் எப்படி இருக்கவேண்டும் என்பது தொடங்கி வரலாறு எவ்வாறு கற்பிக்கப்படவேண்டும் என்பதுவரை பலவற்றைப் பள்ளி ஆசிரியர்களிடம் கலந்து விவாதிக்கவேண்டிய தேவை இருக்கிறது. ஐஐடி, ஐஐஎம் போன்ற நவீன கல்விக் கூடங்களை உருவாக்குவதைக் காட்டிலும் இது முக்கியமானது.

முந்தைய காலங்களைவிட நம்முடைய வரலாற்றுப் புரிதல் இன்று துலக்கமடைந்திருக்கிறது. தேதிகளையும் சம்பவங்களையும் தொகுப்பதே வரலாறு என்னும் போக்கு மாறிவிட்டது. உண்மையைக் கண்டறிவதுதான் வரலாறு என்று சொல்லப்படுவதையும் நான் ஏற்கவில்லை. பல்லாயிரம் ஆண்டுகளுக்கு முன்பு நடந்ததை இதுதான் நடந்தது, இப்படிதான் நடந்தது என்று அறுதியிட்டுச் சொல்வது சாத்தியமல்ல. என்னைப் பொருத்தவரை, கடந்த காலத்தைப் பற்றிய ஒரு நல்ல புரிதலை அளிப்பதுதான் வரலாறு.

(காலச்சுவடு மே 2019 இதழில் வெளிவந்த நேர்காணல்)

❀

பிற்சேர்க்கை

ஒன்று : ரொமிலா தாப்பரின் படைப்புகள்

ரொமிலா தாப்பரின் நூல்களைப் பட்டியலிடுவதுபோல் அவர் பெயரைத் தாங்கி நிற்கும் புத்தகங்களைப் பட்டியலிடுவது சுலபமல்ல. காரணம், அவருடைய கட்டுரைகளும் உரைகளும் ஏராளமான நூல்களில் தொகுக்கப்பட்டிருக்கின்றன.

எடுத்துக்காட்டுக்கு 'Which of us are Aryans?' (2019) என்னும் நூலில் அவர் கட்டுரையும் வேறு சில ஆய்வாளர்களின் படைப்புகளும் இடம்பெற்றுள்ளன. 'On Nationalism' (2016) என்னும் நூல் ரொமிலா தாப்பர், ஏ.ஜி. நூரணி, சதானந்த மேனன் ஆகியோரின் மூன்று கட்டுரைகளை உள்ளடக்கியது. பாலா ரிச்மென் தொகுத்த 'Many Ramayanas: The Diversity of a Narrative Tradition in South Asia' என்னும் நூலில் ரொமிலா தாப்பரின் கட்டுரையொன்று இடம்பெற்றுள்ளது.

வரலாறு, இதிகாசம், இந்து மதம், வரலாற்று முறையியல், அசோகர், மதச்சார்பின்மை, வகுப்புவாதம், ஜனநாயகம், தேசியவாதம் என்று தொடங்கி பல தொகுப்பு நூல்களில் ரொமிலா தாப்பரின் கட்டுரைகள் இடம்பெற்றுள்ளன. கிட்டத்தட்ட அனைத்தும் ஏற்கெனவே வெளிவந்த ஆய்வுக்கட்டுரைகளாகவோ அவருடைய நூல்களிலிருந்து இணைக்கப்பட்டுள்ள பகுதி களாகவோ இருக்கும்.

பல்வேறு ஆய்விதழ்களில் ரொமிலா தாப்பர் எழுதிய கட்டுரைகள் பெருமளவில் தொகுக்கப்பட்டு, தனி நூல்களாக வெளிவந்து விட்டன. விடுபடல்கள் குறைவாகவே இருக்கக்கூடும்.

'The Historian and Her Craft' (2017) என்னும் நான்கு தொகுதிகள் கொண்ட பெருந்தொகுப்பொன்றை ஆக்ஸ்ஃபோர்ட் கொண்டு வந்துள்ளது. ஆய்விதழ்களிலும் பின்னர் புத்தகங்களிலும் வெவ்வேறு காலங்களில் வெளிவந்துள்ளவற்றிலிருந்து இது திரட்டப்பட்டுள்ளது. ஆங்காங்கே சில திருத்தங்களை மட்டும் புதிதாக ரொமிலா தாப்பர் இதில் சேர்த்திருக்கிறார். இத்தொகுப்பில் ஒவ்வொரு பகுதியின் தொடக்கத்திலும் இடம்பெற்றிருக்கும் அவருடைய நேர்காணல் முக்கியமானது.

இனி வருவது அவருடைய நூல்களின் பட்டியல். இந்தப் பட்டியலிலுமேகூட அவருடைய பல கட்டுரைகள் ஒன்றுக்கும் மேற்பட்ட நூல்களில் இடம்பெற்றுள்ளதைக் காணலாம்.

ரொமிலா தாப்பரின் நூல்கள் :

- Voices of Dissent: An Essay, Romila Thapar, Seagull Books, 2021

- Gazing Eastwards: Of Buddhist Monks and Revolutionaries in China, 1957, Romila Thapar, Seagull Books, 2020

- Indian Cultures as Heritage : Contemporary Pasts, Aleph Book Company, March 2018

- The Past as Present : Forging Contemporary Identities through History, Aleph Book Company, April 2014

- The Past before Us: Historical Traditions of Early North India, Permanent Black, Ranikhet / Harvard University Press, Cambridge Mass., 2013

- The Aryan: Recasting Constructs, Three Essays, Delhi, 2008

- Somanatha: the Many Voices of a History, Penguin Delhi, Verso London, 2004, 2008

- Early India, Penguin Books, London / Delhi / California University Press, 2002

- Cultural Pasts: Essays in Early Indian History, OUP Delhi, 2000

- History and Beyond, OUP Delhi, 2000

- Sakuntala: Texts, Readings, Histories, Kali for Women, Delhi/ Anthem, London, 1999

- From Lineage to State, OUP Delhi, 1984

- Ancient Indian Social History: Some Interpretations, Orient Blackswan, 1978

- The Past and Prejudice (Sardar Patel Memorial Lectures), NBT Delhi, 1975

- Ancient India, Medieval India, NCERT Textbooks, Delhi, 1966, 1968

- A History of India, Vol.1, Penguin Books, London / Delhi, 1966

- Asoka and the Decline of the Mauryas, Oxford / Delhi, 1961, sq., 2012

❧

இரண்டு : வேறு என்ன வாசிக்கலாம்?

ரொமிலா தாப்பரை எங்கிருந்து ஆரம்பிப்பது என்று தவிப்பவர்கள் அவருடைய நேர்காணல்களையும் உரைகளையும் பார்வை இடலாம். ஆய்விதழ்கள் கடந்து செய்தித்தாள்களிலும் வெகுஜன இதழ்களிலும் அவர் எழுத்துகள் தொடர்ச்சியாக வெளிவந்து கொண்டிருக்கின்றன. நிறைய பேட்டிகள் அளித்திருக்கிறார். இணையத்தில் அவர் ஆற்றிய உரைகளும் அளித்த பேட்டிகளும் காணக்கிடைக்கின்றன. ஒரு சிறிய பட்டியல் கீழே.

நேர்காணல்கள், உரைகள், கட்டுரைகள் :

- Hindutva and History, Romila Thapar, Frontline, September 30, 2000

- Hindutva is not the same as Hinduism : Interview with Romila Thapar, Jipson John, Jitheesh P.M., Frontline, May 07, 2021

- Linking the past and the present : Interview with Romila Thapar, Ranabir Chakravarti, Frontline, Sep 05, 2015

- Romila Thapar in conversation with Rajan Gurukkal, India Cultural Forum, Feb 1, 2018

- Romila Thapar speaking at the launch of 'Gandhi & Philosophy', Bloomsbury India, YouTube

- 'Professor Romila Thapar in Conversation with Teesta Setalvad', Hillele TV, YouTube

- Romila Thapar, Alok Mathur, Amita Prasad and Tina Servaia - In Conversation, History for Peace, Updated on Dec 3, 2021

- The Idea of India : Romila Thapar and Gayatri Chakravorty Spivak in conversation, History for Peace, Updated on Nov 17, 2020

- Horseplay in Harappa, Romila Thapar, Sep 30, 2000

- Romila Thapar: Revisiting Max Weber on the Religion of India, SOAS University of London, YouTube

- Romila Thapar, Irfan Habib Decry Hindutva Attempts To Distort India's History, The Wire, 13 Aug 2021

- Interpretations of Indian History, Romila Thapar, Kunal Chakrabarti and Geeti Sen,

- India International Centre Quarterly, Vol. 20, No. 1/2

- The Richness of the Ramayana, The Poverty of a University : Interview with Romila Thapar, Priscilla Jebaraj, The Hindu, 2 Aug 2016

தமிழில் வெளிவந்துள்ள அவருடைய மொழிபெயர்ப்புகள் அனைத்தையும் நான் பார்வையிடவில்லை. ஜனவரி 1972இல் அகில இந்திய வானொலியில் ரொமிலா தாப்பர் நிகழ்த்திய சர்தார் வல்லபபாய் படேல் நினைவுச் சொற்பொழிவுகளின் தொகுப்பு The Past and Prejudice என்னும் தலைப்பில் சிறு நூலாக வெளிவந்தது. ஆ.இரா. வேங்கடாசலபதி தமிழில் மொழி பெயர்த்திருக்கிறார்.

முற்கால இந்திய வரலாற்றில் ஆர்வமுள்ளவர்கள் கீழ்வரும் நூல்களையும் வாசிக்கலாம்.

இந்திய வரலாறு : சில நூல்கள்

- Talking History: Romila Thapar in conversation with Ramin Jahanbegloo, with the participation of Neeladri Bhattacharya, OUP India, 2017

- An Introduction to the Study of Indian History, DD Kosambi, Sage Publications India Private Limited, 2016 (reissue)

- Myth and Reality: Studies in the Formation of Indian Culture, Sage Publications India Private Limited, 2016 (reissue)

- Questioning Paradigms, Constructing Histories, A Festschrift for Romila Thapar, Aleph, 2019

- The Wonder That Was India Vol. 1, A.L. Basham, Picador India, 2019 (reissue)

- Ancient India, R.C. Majumdar, Motilal Banarsidass, 2017 (reissue)

- A History of Ancient and Early Medieval India : From the Stone Age to the 12th Century, Upinder Singh, Pearson

- Political Violence in Ancient India, Upinder Singh, Harvard University Press

- A Concise History of South India : Issues and Interpretations, Edited by Noboru Karashima, Oxford

- Ashoka in Ancient India, Nayanjot Lahiri, Harvard University Press

- Exploring Early India : Upto c.AD 1300, Ranabir Chakravarti, Primus Books

- India's Ancient Past, R.S. Sharma, Oxford University Press

- Ancient India in Historical Outline, D.N. Jha, Manohar

- The History of British India, James Mill (archive.org)

- A Textbook of Historiography, E. Sreedharan, Orient Blackswan, 2004

- *வரலாறும் கருத்தியலும், ரொமிலா தாப்பர், தமிழில் : ஆ.இரா. வேங்கடாசலபதி, நேஷனல் புக் டிரஸ்ட் (இரண்டாம் பதிப்பு 2015).*

- *வரலாறு என்றால் என்ன? ரொமிலா தாப்பர் நேர்காணல், மருதன், காலச்சுவடு, மே 2019*

※

ரொமிலா தாப்பருக்கு அளிக்கப்பட்ட விருதுகள், நல்கைகள், அங்கீகாரம் ஆகியவற்றின் பட்டியல் (முழுமையானதல்ல). ஜவாஹர்லால் நேரு பல்கலைக்கழகத்தின் இணையதளத்தில் இருந்து...

- Honorary Doctorate from Brown University (USA), 2010

- Keynote Address at the 14th World Sanskrit Conference at Kyoto, 2009

- Elected to American Academy of Arts and Sciences, 2009

- Kluge Prize (the American Nobel) for Lifetime Achievement in the field of History, 2008

- Honorary Doctorate in Social Science, Edinburgh University, 2004

- Honorary D.Litt. University of Oxford, 1997

- Honorary D.Litt. University of Calcutta, 1997

- Elected Corresponding Fellow of the British Academy, 1997

- Honorary Doctorate of Humane Letters, University of Chicago, 1993

- Honorary D.Litt. Peradeniya University, Sri Lanka, 1992

- Honorary Fellow, SOAS, University of London, 1992

- Honorary Fellow, Lady Margaret Hall, Oxford, 1986

- General President, Indian History Congress, 1983

- Photograph

- Distinguished Visiting Professor, Cornell University, 1979

- Jawaharlal Nehru Fellowship, New Delhi, 1976-77

மருதன்

பதினைந்து ஆண்டுகளுக்கும் மேலாக எழுத்துத் துறையில் இயங்கிவருகிறார். வரலாறு, அரசியல், வாழ்க்கை வரலாறு ஆகிய துறைகளில் பல நூல்கள் வெளிவந்துள்ளன.

கடந்த சில ஆண்டுகளாக பண்டைய இந்திய வரலாற்றில் கவனம் செலுத்திவருகிறார். 'ரொமிலா தாப்பர் : ஓர் அறிமுகம்', 'அசோகர்', 'இந்தியா கண்டுபிடிக்கப்பட்ட கதை' ஆகியவை இவருடைய சமீபத்திய நூல்கள். இளம் வாசகர்களுக்காக இவர் எழுதிய கதைகளும் கட்டுரைகளும் நூல்களாக வெளிவந்துள்ளன.

www.ingramcontent.com/pod-product-compliance
Lightning Source LLC
Chambersburg PA
CBHW030314160726
47992CB00005B/1999